# VẾT XƯA

**VẾT XƯA**
Thơ **Thanh Trước**
Dàn trang: **Nguyễn Thành**
Bìa: **Nguyễn Thành**
**Nhân Ảnh** Xuất Bản **2020**
ISBN: 9781989924976

Thơ

**THANH TRƯỚC**

# VẾT XƯA

**NHÀ XUẤT BẢN**
**NHÂN ẢNH**
**2020**

# VẾT XƯA

*MacDung*

Thoáng chút heo may ta về nơi lối nhỏ. Bàng bạc gió chiều in vết cũ xa xăm. Những chiều phai nắng vẫn còn đó nỗi niềm, và thời gian cứ trôi nhưng tình mãi không quên…

Dải ngân hà xa lắm nhưng vẫn nhìn thấy! Vậy nét yêu thương ngày ấy có là bao, sao quên được!?

Vết xưa hằn trong ký ức như có linh hồn. Thức, ngủ tùy lúc và làm bạn cùng tâm tư với khắc khoải cuộc tình dù đã trôi xa miên viễn. Sáng, với hình ảnh nhảy múa thời hạnh phúc, như vũ điệu cay nghiệt muốn xua tan nhưng mãi ẩn hiện khó xóa nhòa. Chiều, hoàng hôn buông gợi những vòng ôm xiết chặt rồi tay đan tay đi trong ráng chiều tím lịm một góc trời…

Khi ta lưu luyến ký ức tức đã chứa đựng tâm trạng hoài cổ. Lúc ấy, mùa lá rụng như dày hơn trong nỗi nhớ, dìu dặt buồn bên bến vắng trông mong. Hiện thực không như ý thì khoảng vắng xa xưa chính là nơi trú ngụ những cái đẹp từng giờ từng khắc hiện về… Và ta lại đối diện với chính ta!...

Vết Xưa của nữ sĩ Titi Dang không vỡ vụn, manh mún mà hội tụ khoảnh khắc Yêu với nỗi buồn đau đáu… Buồn nào đã qua và buồn nào đang cất giữ? Phải chăng cái đáng gìn giữ chính là cái đẹp đã tuột mất trong bươn chải, trong thay đổi mịt mù của kiếp nhân sinh vốn không tránh khỏi…

Một ngày với những mảnh lắp ghép cho ra ý thơ. Tất cả chỉ là hư cấu, khi cảm xúc thiết thực luôn luôn chinh phục sức biểu cảm ở con người. Điều "không có"! Không thể đến để tạo nét, dựng hình cho những thi phẩm chứa đựng cả bầu trời hoài mơ mà tác giả luôn thể hiện hình ảnh "cái tôi" trong ấy! Vết Xưa nghẹn ngào, say nhớ, bốc men, rồi làm người đọc ngất ngây trong biển tình có bóng dáng chính mình…

Trong giấc ngủ, ta hãy ru chính mình để lãng quên mọi thứ đau khổ kiếp nhân gian. Lời ru đắng ngắt, càng nghe càng xốn xang không sao quên được. Ru, như nhắc nhở. Ru, để hằn sâu. Ru, để còn mãi…

Khoảnh khắc thăng hoa chính là vết cắt cho nỗi buồn. Vết cắt từ hồi ức mãi mãi không lành vết, tạo ra thương cảm đang đứng bờ hiện tại, trong chiều, trong sáng, trong bóng đêm đơn lẻ hướng về… Thu vàng lá rụng. Xuân đến rồi đi. Vui trong chốc lát. Buồn cứ vời vợi… Dòng thơ chứa đựng đầy cảm xúc từ đó cứ chảy xa xôi…

Trăng tròn rồi khuyết. Tình đầy rồi tan! Ngõ nhân sinh lắm nẻo, ai biết mình sẽ chọn con đường nào? Ngút ngàn đau khổ kiếp người, phải chăng chữ tình là Nặng!? Rồi một cuối chiều ngồi nhìn lại "được, mất", ta bỗng nhiên cảm khái cho sự Vô thường qua cuộc trải nghiệm bể dâu…

Viên mãn chứa nụ cười. Khuyết nguyệt cuộc tình đau. Vết Xưa kéo dài nỗi nhớ, dù có Phôi pha cũng đọng chút dư buồn. Nhặt chiếc lá vàng, nhớ thuở còn xanh. Mong manh con thuyền trên ngọn sóng. Hoài vọng mãi thuở yêu thương phút chốc trôi tuột biển đời… LẶNG SẦU NGHE ĐÊM TRÔI NGHIÊNG. ĐIỆU NHỚ TỊCH LIÊU SÓT KHÚC ĐOẠN TRƯỜNG (Tựa đề các bài thơ)… Tất cả tạo ra một Vết Xưa rực rỡ cõi huyền…

Xanh một thuở. Vàng chiều rơi. Không ai đi suốt nhân gian mà không thấm đẫm sương bụi đời. Vì vậy cõi mơ khiến con người lúc cô quạnh nhất, vẫn tìm về nương náu như một căn nhà đẹp bị đánh cắp bởi sự đổi thay. Biến chuyển cuộc đời có thể giúp con người thăng hoa nhiều thứ, nhưng có lẽ điều đáng quý nhất là cái không bao giờ tìm lại được. Dù Vết Xưa còn đó, nhưng ngoại cảnh đã thay áo. Con người chỉ nhìn với hoài niệm tịch tàn mà không phương vãn hồi… Cảm xúc đạt cao trào khi nhớ đến dĩ vãng, bởi nhiều hình ảnh nhập nhòe điều gì ấy, có khi là nước mắt…

*TRỞ GIẤC - THÁNG MƯỜI - LY KHÚC - KHÁT*
*MỘNG THƯỜNG - VỤN VỠ - BẼ BÀNG - ĐAU*
*HƯƠNG NGUYỀN - HỎI - ĐỂ - SẦU - TAN TÁC*
*Ừ THÔI - XA - NHẠT - SỚM MAI - TÀN...*

(Tựa bài thơ) – MacDung – Titi Dang

Hay:

*ĐÔNG RU - DĨ VÃNG - MÙA RƠI - NỢ*
*MỘNG - ẢO - TÀN PHAI - LẠC - DỐC ĐỜI*
*VẾT XƯA - LẶNG ĐẾM - HỜN - TIM VỠ*
*HOANG PHẾ - MỘ TÌNH - NỬA - XUÂN TRÔI.*

(Tựa bài thơ) – Titi Dang

Tần số rung cảm để chất thơ Titi Dang tỏa sáng chính là sự sảng khoái trong tư tưởng. Nhà thơ vui con chữ, mặc thế gian cứ dỗi hờn bởi trăm ngàn sai biệt không ai giống ai…

Vết Xưa vì vậy say hơi men. Ngất ngây đi vào tâm thức khách thưởng ngoạn với tình yêu hút mất…

*VẾT XƯA...*

*Em đi...*
*Sợi nắng mong manh*
*Hoàng hôn tím rũ rêu xanh lối mòn*
...
*Hỏi tình:*
*Vương chút môi son*
*Vết xưa đọng sót... có còn...*
*Nụ yêu?*

Còn đâu khoảnh trời hạnh phúc mà ta từng nâng niu, chiều chuộng! Lạc mất hay đánh rơi chẳng ý nghĩa gì khi mọi cái không còn hình hài. Sót lại chăng là khung trời kỷ niệm dịu vợi xa trong tiềm thức thỉnh thoảng hiện về. Yêu thương đã vuột mất thì Vết Xưa hướng ta về với niềm hoài cổ khóc cuộc tình lơi…

Hạnh phúc vốn mong manh như giọt nước. Giọt nước nào vỡ tan? Giọt nước nào lệ tràn…? Lặng đếm thời gian qua bốn mùa, dòng thơ Titi Dang lôi ta về đường xưa lối cũ… Nghẹn ngào thưởng thức bằng cảm xúc, dùng vị giác nếm trải các cung bậc vui buồn!...

Và rồi bất chợt biết đến một tác giả yêu con chữ hơn mọi thứ trên đời. Dòng thơ cần chia sẻ nhưng quên danh lợi chốn nhân gian…

*NGẠO*

*Lạnh bước phong sương giữa kiếp đời*
*Thơ bầu rượu túi ngạo tình vơi*
*Gương Nga chẳng úa... tràn hương lộng*
*Bóng Nguyệt không phai... thắm mộng hời*
*Ngẩng mặt... môi cười, sầu rạn vỡ*
*Nghiêng hồn... mắt liếc, não buông rơi*
*Tìm vui nuốt đắng nào vương lụy*
*Dạo chốn nhân gian hết cuộc người!*

Tính cách làm nên nét đặc thù! Vết Xưa là thi phẩm nữ tác giả Titi Dang muốn gửi đến bạn đọc một góc nhìn không toàn vẹn về tình yêu, mấy ai giữ được trong đời? Lúc nào đó, nhìn lại chặng đường đã qua, ta dành cho chút nuối tiếc... tuột mất...

*Lắng nghe xuân về bên thềm vắng.*
*Mỗi mình ta ngồi nhớ tình xa...*
*Nghiên mực, bút đề*
*Vết Xưa còn đó...*
*Cuộc tình nào còn, mất?*
*Nhân gian dạo cuộc tình say...*

Thi phẩm gửi vào đời của nữ sĩ Titi Dang ẩn dụ bao nhiêu thứ. Và có thể đối với tác giả, thơ chỉ là cuộc dạo chơi phong trần thỏa mãn con chữ, hơn là những phiền toái mà loài người thích gán ghép cho nhau. Vậy thì còn gì bằng: Men đời, chén rượu, khóc cười chỉ ta... Trút hết vào thơ. Nguồn cảm hứng cứ thế mãi tràn... trong băng giá...

*VL – 6.9.2019*

**MacDung**

# TRỞ GIẤC

Đêm trở giấc hồn hoang về ươm mộng
Dỗi sao trời chẳng óng ánh phòng đơn
Mịt mờ bên chăn lạnh hắt hiu hờn
Thèm hơi ấm mơn man làn tóc xõa

Đêm trở giấc bóng trăng ngà sáng tỏa
Lẻn qua song đồng lõa áng hương yêu
Dịu dàng ru ai ngoan giấc mỹ miều
Vòng ôm trọn liêu xiêu bờ vực ái

Đêm trở giấc gió hôn làn môi dại
Lời tự tình vụn trải ngất trời khuya
Tiếng ái ân vương đọng... xót xa lìa
Cơn mộng vỡ... lạnh thấm lùa tim nhỏ!

*29.09.2018*

# THÁNG MƯỜI

Tháng Mười...
nhẹ gió heo may
Vấn vương đùa cợt
suối mây bềnh bồng
Chiều len
vài sợi nắng hồng
Lạc rơi khoé mắt chờ mong
hững hờ!

Tháng Mười...
vừa chín nụ mơ
Môi hôn ngọt mật
ru bờ ái ân
Mượt êm
cỏ biếc gót trần
Lá vàng trải lối tình nhân
quên về!

Tháng Mười...
ru giấc ngủ mê
Say vầng nguyệt lạnh
tràn trề hương đêm
Lả lơi
bóng ngả bên thềm
Thu đong nỗi nhớ dịu êm...
Tháng Mười!

*01.10.2018*

# LY KHÚC

Bóng nguyệt mơ màng dậy nhớ cơi
Hồn hoang quạnh quẽ giữa khung trời
Mây vờn viễn xứ đìu hiu rũ
Gió lộng quê nhà rộn rã khơi
Gác vắng âm thầm sầu trĩu nặng
Cô phòng lặng lẽ não đầy vơi
Bâng khuâng điệu khúc hờn ly biệt
Quyến luyến Uyên Ương chẳng nỡ rời!

*08.10.2018*

# KHÁT

Ngập đầy nỗi nhớ
Vụn vỡ hồng hoang
Chiều Thu trở giấc mơ màng
Hoàng hôn phủ lối nhịp vang gót hờn

Sóng vờn bờ cát
Khao khát mong chờ
Hải Âu tìm bạn ngẩn ngơ
Yêu thương rực cháy tim khờ đơn côi

Trùng khơi tiếng vọng
Dõi ngóng người xa
Sương khuya đẫm mắt mi nhòa
Mơ vòng tay ấm dịu xoa vết sầu

Gió gào đêm lạc
Tan tác hồn phiêu
Xác thân rượi rã tiêu điều
Quyện say giọt ái liêu xiêu kiếp trần...

*12.10.2018*

# MƠ TAN

Có chiếc lá còn luyến lưu cành nhỏ
Vừa trở mình hóng ngọn gió heo may
Sót trên vai giọt sương sớm đong đầy
Đưa mắt ngóng áng mây thu lãng đãng

Có chiếc lá thầm mơ chiều loang nắng
Sưởi ấm lòng cô quạnh giữa hoàng hôn
Hững hờ treo giọt nhớ đọng vương hồn
Thèm hơi thở ngọt mơn từng phiến rã

Có chiếc lá buông mình rơi lả tả
Xác đỏ phơi lối nhỏ ngả nghiêng sầu
Mang dấu yêu mộng ước lạc về đâu
Đêm nguyệt vọng trời ngâu nhòa mắt lệ!

*17.10.2018*

## VỤN VỠ

Sương thu đọng lắt lay cành lá
Mưa sầu lả tả giọt yêu
Chơ vơ lạnh tường rêu vách đá
Thiết tha mong sợi nắng chiều

Men rượu đắng chân xiêu nhịp lỡ
Dâng vừa nhung nhớ ngập hồn
Đêm khắc khoải tim côi vụn vỡ
Nụ tình héo hắt vội chôn.

*22.10.2018*

# THU CHẾT

Lá chết... chiều nay dự đám tang
Ngàn muôn xác đỏ trải bên đàng
Mưa ru biệt khúc hờn mơ lạc
Gió hát ly từ dỗi mộng hoang
Hạ úa vàng rơi tình quyến quyện
Thu tàn tím rũ ái vương mang
Lìa cành bỏ bạn thân xơ xác
Lạc lõng sầu than nỗi đoạn tràng!

*24.10.2018*

# NẺO SẦU

Thu tàn... lạnh...
lá vàng rơi
Tả tơi từng chiếc chơi vơi nẻo sầu

Xót xa
phận số bể dâu
Lạc câu ân ái lòng đau quặn lòng

Gió mùa
trăn trở vào Đông
Chăn đơn gối lẻ phòng không vắng người

Mệt nhoài...
bóng ngã hồn côi
Khát vòng tay ấm, bờ môi ươm tình!

*26.10.2018*

# MƯA...

Mưa khuya
từng hạt rơi rơi
Lạnh vùng nhung nhớ chơi vơi nhạt nhòa
Mưa đêm
hay mắt lệ òa
Ưu tư vướng đọng xót xa... ngấn sầu

Mưa thương
phần số bể dâu
Nụ tình rớt giữa mùa ngâu úa tàn
Mưa thu
lá chết... hồn tan
Xác phơi ngập lối... trần gian ngậm ngùi!

*28.10.2018*

# DƯ ÂM

Từ đêm
phím lỡ hoa trôi
Nghe tan tác mảnh hồn côi dại khờ

Sương giăng
lối cũ mịt mờ
Dấu chân thiên cổ vọng mơ dáng ngà

Tay ôm
mảnh vỡ tình xa
Ngậm ngùi tiếng gió thoảng qua giấc nồng...

Bóng người
nhòa nhạt hư không
Dư âm đọng sót... mộng lòng lạc bay!

*30.10.2018*

# THÁNG MƯỜI MỘT

Tháng Mười một... mưa sầu ngập lối
Gió thu về trổi điệu vấn vương
Xác lá phơi trên khắp nẻo đường
Mây bàng bạc... sương giăng phiến cỏ

Tháng Mười một... vọt vàng lối nhỏ
Nắng hong hanh bỏ ánh dương tà
Cánh nhạn buồn khuất nẻo trời xa
Nghe trống vắng... chan hòa suối lệ

Tháng Mười một...tuyết mùa thỏ thẻ
Ngập ngừng xuyên kẽ lá cành cây
Lạnh tim côi môi mắt hao gầy
Thèm hơi ấm tay ôm tròn mộng

Tháng Mười một... phím sầu ngân vọng
Xót xa nào vướng đọng không gian
Hồn chơi vơi lạc cõi điêu tàn
Đêm khắc khoải tràn dâng niềm nhớ...

*02.11.2018*

# GIỌT NHỚ

Có giọt nhớ chiều nay rơi nhè nhẹ
Giữa hôn hoàng khe khẽ gọi tên ai
Nhìn lá bay vương vấn nỗi u hoài
Bao trăn trở đêm dài không yên giấc

Có giọt nhớ vu vơ nhưng rất thật
Như nhạc sầu ngây ngất đọng tim côi
Từng phím tơ rung âm điệu bồi hồi
Thoảng trong gió hương khơi tình viễn cảnh

Có giọt nhớ lạc loài đông tuyết lạnh
Rét ngập hồn hiu quạnh lất lây tràn
Với tay tìm... hư ảnh vỡ òa tan
Muôn bọt sóng trùng dương lan biển vắng

Có giọt nhớ treo hững hờ thầm lặng
Bỗng chợt bừng giữa im ắng hư không
Cất tiếng than nghe ai oán não lòng
Gào khản giọng... yêu nồng mơ ấm trải!

*04.11.2018*

# BÓNG ĐỜI...

Với tay
đón nụ tình đưa
Thoảng nghe chua xót dâng vừa hồn côi

Nửa đời
một bóng lạc trôi
Tỉnh ra chợt thấy phai phôi kiếp người

Xuân qua
Thu đến ngậm ngùi
Ái yêu mờ khuất chôn vùi tuổi xanh

Nắng vàng
vài sợi hong hanh
Rớt theo chiều xuống lạnh tanh cõi sầu

Men nồng
quên cuộc bể dâu
Chung tràn chén đắng... lòng đau đáu lòng...

*05.11.2018*

# PHÔI PHA

Vàng phơi trải lối thu tàn
Bơ vơ xác lá hồn tan giữa trời
Ngập ngừng xa ánh chiều rơi
Hanh hao giọt nắng xót lời yêu xưa

Phôi pha một thoáng hương thừa
Vấn vương cõi nhớ rót vừa tình đau
Mơ hoang chăn lệch gối nhàu
Tay ôm trống vắng nhạt màu ái ân

Thu phai sắc úa bao lần
Hoài vương kỷ niệm đàn ngân phím sầu
Hoang vu thềm vắng...giọt Ngâu
Gót xưa phiêu bạt tìm đâu bóng người

Ngàn muôn dấu ái xa vời
Tan hòa bọt nước trùng khơi sóng trào
Gom bao vụn vỡ đời trao
Liệm theo xác lá xanh xao cuối mùa...

*09.11.2018*

# MƯA THU

Mưa Thu
ray rứt bên mành
Đổ tràn bến vắng...
chòng chành thuyền trôi
Gió mùa
len lỏi hồn côi
Lạnh đêm nhung nhớ
sầu rơi ngập sầu

Mưa Thu
xót phận bể dâu
Nụ yêu vụn vỡ
nát câu hương nguyền
Biển tình
cạn kiệt tơ duyên
Sóng gào trăn trở
niềm riêng dập vùi

Mưa Thu
khắc khoải ngậm ngùi
Ru ta chìm giấc
mộng đời phôi phai
Gót trần
lây lất mệt nhoài
Cô đơn một bóng canh dài hắt hiu...

*09.11.2018*

# DỐC ĐỜI

Dốc đời
mòn mỏi chân hoang
Hư vô trải lối nặng mang kiếp người

Nợ
câu ân ái ngọt lời
Xuân xanh úa nhạt tim côi hững hờ

Thiên thu
một cõi xa mờ
Gót trần lạc lõng bên bờ nhân sinh

Tay lơi
đánh rớt nụ tình
Tìm quanh chỉ thấy bóng hình héo hon

Môi nồng
còn đượm nét son
Hoang vu chiều ngả hồn đơn lạnh ngần

Say vùi
cơn mộng phù vân
Vui câu thế tục... chạm lần hư không...

*11.11.2018*

# CÔ ĐƠN

Ru hờn phận bạc nỗi cô liêu
Trách kiếp đơn côi não dáng Kiều
Ái đậm... phai tàn cung phím lạc
Tình nồng... úa rũ khúc ca phiêu
Xuân qua cám cảnh tâm sầu mấy
Hạ vãn thương thân dạ xót nhiều
Xác lá Thu phơi hờ hững trải
Đông về tuyết phủ lạnh bao nhiêu...?!

*12.11.2018*

# THU...

Lá
Thu
Lìa cành dạ vẫn luyến lưu
Chơi vơi giữa cõi sương mù giăng giăng

Vàng mảng
Ráng chiều
Trải dài trên nỗi cô liêu
Xót xa nụ nhớ... hương yêu nhạt nhòa

Hoa tơi tả
Rã hồn thơ
Gót đời lạc lõng bơ vơ
Rũ phơi xác lá hoang mơ cuộc trần

Thêm lần vương vấn
Tình vẫn dạt trôi
Gió mùa ru giấc bồi hồi
Xoá vùng ký ức lấp vùi xuân xanh

Tiếng oanh sầu nguyệt cảnh
Đêm canh cánh mộng tàn
Men nồng rót chén hợp tan
Ly cay lệ đắng trần gian kiếp người

Dậy khơi... rực nồng tay với
Môi khô khát mỗi giọt yêu
Thu tàn bên những quạnh hiu
Hoang vu sợi nắng... rong rêu sợi tình...!

*13.11.2018*

# GIẤC THU

Nắng đượm vai sầu nắng đượm vai
Lá u hoài đổ lá u hoài
Thu về rực rỡ thu về rực
Hạ vãn phai tàn hạ vãn phai
Hoang vắng nẻo xưa hoang vắng nẻo
Quạnh hiu đài cũ quạnh hiu đài
Ru hồn chớm mộng ru hồn chớm
Ngỡ bóng ai kề ngỡ bóng ai...

*15.11.2018*

# ĐAU

Đau... từng hơi thở làn da
Đau... trên nỗi nhớ xót xa lạc loài
Đau... vùi theo những cơn say
Đau... chìm ký ức nhạt phai giấc trần
Đau... trong cơn mộng phù vân
Đau... đời hiu quạnh ái ân hững hờ
Đau... đêm xa vắng đợi chờ
Đau... vì ai dệt vần thơ khổ sầu...!

*20.11.2018*

## HƯƠNG NGUYỀN

Men cay...
rượu cạn sầu đầy
Rót tràn chung đắng
đọa đày kiếp thân
Mộng rơi...
lạc giữa giấc trần
Tay buông hờ hững
chạm ngần hư không

Bờ yêu
dõi mắt xa trông
Sóng vùi... biển dậy...
thuyền chông chênh thuyền
Bão đời...
rã cánh chim Uyên
Hồn tan còn luyến hương nguyền cành yêu...!

*22.11.2018*

# HỎI

Tiếng mưa đêm hỏi nhỏ
Thu về gió lạnh không
Nơi hiu quạnh cô phòng
Lạc loài đong niềm nhớ

Ánh trăng khuya hỏi nhỏ
Sao mắt đó nặng sầu
Vương đầy những giọt ngâu
Chực chờ nhau vụn vỡ

Tim ngậm ngùi nói nhỏ
Tình trót lỡ vụt bay
Câu yêu ái bao ngày
Tựa áng mây hờ hững...!
....
Tiếng mưa đêm hỏi nhỏ...

*23.11.2018*

# TA ĐAN

Ta đan...
sợi nhớ cô liêu
Kết nên gối mộng
hương yêu dạt dào
Gió mùa dỗ giấc chiêm bao
Mơ vòng tay ấm ngọt ngào... tình đong

Đời gieo
điệu khúc chờ mong
Xót hờn duyên thắm
gót hồng lãng du
Chân hoang lạc lối sương mù
Ta đan... nặng kiếp phù du cuộc trần

Đan vừa
tròn nhịp ái ân
Nụ tình ươm sắc
xanh ngần cành yêu
Môi hôn ngọt lịm hồn phiêu
Quên câu thế tục nhiễu điều... ta đan...

*25.11.2018*

# VỠ

Bình minh rạng vỡ
Nỗi nhớ đi hoang
Chơi vơi mấy sợi tơ vàng
Lẻn soi ô cửa lổ loang giấc nồng

Hơi Đông thở lạnh
Hiu quạnh phòng đơn
Chăn xiêu gối chiếc dỗi hờn
Khát bờ môi ngọt ru cơn sóng tình

Hương trinh lạc lối
Cằn cỗi hao gầy
Nụ yêu vụn vỡ trên tay
Nhạt nhòa úa rũ bên ngày dần trôi

Nửa đời hoang phế
Câu thệ phai tàn
Sương pha tóc điểm thời gian
Xót xa quấn quyện chứa chan giọt sầu...

*01.12.2018*

# CÔ LIÊU

Thu tàn...
xác lá vàng bay
Nắng rơi sợi nắng... tình phai nhạt tình
Không gian
hờ hững lặng thinh
Nghe đêm trở giấc... chỉ mình với ta

Nụ yêu
vừa chớm... phôi pha
Võ vàng ân ái xót xa cuộc trần
Nẻo đời
lạc lối phù vân
Cô liêu chiếc bóng... tan dần mơ hoa!

*02.12.2018*

## TÌNH VAY

Kiếp bạc gian trần một chữ không
Tình vay nặng nợ xót riêng lòng
Quên đường chữ ái môi sầu nụ
Lạc lối câu yêu mắt não tròng
Phận mỏng duyên thưa nhòa sắc thắm
Ân sai nghĩa lệch nhạt hương nồng
Men cay chuốc cạn vùi hư ảo
Khắc khoải đêm tàn... lạnh gió đông!

*03.12.2018*

# ĐÔNG LẶNG

Đông về lạnh buốt hồn côi
Cô đơn ngõ vắng gót đời tịch liêu
Xót xa chiều hắt hiu chiều
Sương vây nỗi nhớ tim yêu lạc loài

Mộng trần trở giấc phôi phai
Đêm tàn khắc khoải trỗi dài niềm đau
Nụ yêu nhạt sắc thay màu
Rớt rơi từng cánh úa nhàu tả tơi

Giọt sầu đọng ứ bờ môi
Men cay hòa chén ly bôi nát lòng
Gom về mảnh vỡ tình đong
Chôn miền ký ức... lặng dòng thế nhân

Cô liêu điệu khúc sầu ngân
Hờn duyên phận lỡ tiếng lần vọng đưa
Dư âm thoảng chút hương thừa
Đông tàn tuyết đổ... tình vừa lạc bay...!

*10.12.2018*

# TÀN PHAI

6868
Thu phai sắc, Đông thắm màu
Lá rơi ngõ hẹp, tuyết vào song thưa
Tương tư đậm, nhớ nhung vừa
Lạc vời yêu ái, xa đưa tình nồng

7768
Câu dấu ái lạc dòng năm tháng
Nghĩa ân xưa dạt áng mây trời
Tay ôm mảnh vỡ tình rơi
Xót xa đọng ứa kiếp đời bạc phiêu

8888
Nghe nỗi nhớ hắt hiu sầu cô quạnh
Rớt rơi trên chăn lạnh gối ơ thờ
Trở trăn miền ký ức giữa cơn mơ
Rồi chợt tỉnh... bơ vơ... dòng lệ ngấn

7777
Đêm hoang lạnh thẫn thờ vương vấn
Tiếng thời gian vẫn hững hờ trôi
Dấu yêu nào nay đã phai phôi
Nghe nuối tiếc đượm môi sầu lắng

6877
Chợt nghe đời thoáng nhạt nhòa
Gót chân phiêu lãng xót xa cuộc người
Chung rượu cạn quên lời xưa hẹn
Thế gian nào ai vẹn ước mơ...!

4444
Hững hờ cung phím
Chết lịm lời ca
Ân ái nhạt nhòa
Câu thơ vụn nát

6666
Nụ tình héo, hương yêu nhạt
Bờ môi tan tác hững hờ
Đêm mong đợi, ngày ngóng chờ
Phai dáng điệu, mờ ảnh nhân...

Tứ tuyệt
Chuốc chén men cay giữa cuộc trần
Quên đời mặn đắng chẳng buồn thân
Vui ca ngạo nghễ chôn niềm nhớ
Cất tiếng cười vang giấu lệ ngần...

Ca trù
*"Mộng xa xót cảnh phai tàn*
*Lệ đau đáu dạ phù vân bóng chiều"*

Tan tác phận kiếp trần viễn xứ
Tháng ngày trôi trong tư tưởng cứ mong chờ
Nơi xa ấy duyên tơ nghĩa tình nặng gối mơ
Đời khắc khoải giọt sầu đong đầy khơi mặn đắng
Một bóng bên canh trường quạnh vắng
Riêng ai giữa góc tối âm thầm
Bao nhớ nhung cứ vây chặt lấy tâm
Dâng man mác quyện chầm nơi lồng ngực
Nghe hiu hắt theo lối đời kiệt sức
Hương yêu thổn thức tim ta
Ly cay chuốc cạn lệ nhòa.

*06.12.2018*

# ĐÔNG HỜN...

Gió đông nhè nhẹ thổi
Sầu vương nỗi cô đơn
Mi cay mắt dỗi hờn
Tóc buông vờn vai nhỏ

Tuyết rơi rơi ngoài ngõ
Đọng phiến cỏ khô cằn
Giọt tan tác nằm lăn
Xót xa hằn lệ ngấn

Hàng cây buồn ngơ ngẩn
Trơ xương vẫn đợi chờ
Ngày lá thắm dệt mơ
Kết tình thơ tròn mộng

Gió ru lời vang vọng
Câu trông ngóng nhạt nhòa
Người còn mãi phương xa
Biết chăng ta thầm gọi...

*11.12.2018*

# BĂNG GIÁ

Kiếp tục trần vay trả
Tim yêu giờ trở lạ
Hờn tình lệ não sa
Giận ái men sầu lả
Thệ cũ dẫu phai nhòa
Nguyền xưa đâu nỡ xóa
Cô phòng chiếc bóng ta
Gối lẻ sai đường vá

Tim yêu giờ trở lạ
Kỷ niệm nào bôi xóa
Chất chứa giọt mưa sa
Hoài đong dòng suối lả
Thu về lá xót xa
Hạ vãn cành tơi tả
Khắc khoải một mình ta
Đêm đông ngàn buốt giá

Giận ái men sầu lả
Chung tràn tay lạnh giá
Ngày đi lạc dấu nhòa
Tháng lại đành mơ rã
Viễn xứ nát đời hoa
Tha phương tàn kiếp lá
Cô liêu giữa ánh tà
Mộng sót câu từ tạ

Nguyền xưa đâu nỡ xóa
Nặng nợ tằm khôn trả
Lãng tử dẫu duyên nhòa
Thuyền quyên dù ái rã
Nghìn đời hứa chẳng xa
Vạn kiếp thề không giã
Bão tố lẫn phong ba
Gieo sầu ưu nghiệt ngã

Gối lẻ sai đường vá
Bơ vơ nằm góc rã
Thương về ký ức xa
Nhớ lại thời son đã
Mắt biếc nhạt mờ sa
Môi hồng phai đượm ngã
Hương yêu lạc bóng tà
Giữa nẻo trần băng giá...!

*12.12.2018*

# HỜN

Ru ta...
lạc giấc mộng đời
Xót xa kiếp tục
chơi vơi cuộc sầu
Đêm tàn
tiếng vọng về đâu
Ưu tư trĩu nặng
bể dâu vô thường

Lặng nhìn...
tóc ngả màu sương
Môi khô héo rũ
khát hương nụ tình
Ru hờn
lỡ cuộc ba sinh
Nợ tằm chưa dứt
chênh vênh phận người...

*14.12.2018*

# ĐỂ...

Để mùa
tuyết phủ trời đông
Nắng thu vội tắt
ai trông ráng chiều
Để xanh
hồn thấm cô liêu
Rũ cùng xác lá bạc phiêu lối gầy

Để tình
theo gió vụt bay
Câu thơ hờ hững
tháng ngày xót xa
Để đêm
trống vắng nhạt nhòa
Lạnh từng nỗi nhớ vỡ òa niềm đau

Để môi
chất ngất nụ sầu
Ngỡ ngàng men ái
phai màu giọt yêu
Để đời
vàng úa rong rêu
Phôi pha kiếp tục liêu xiêu gót trần...

*16.12.2018*

# XA...

Mộng đời
vỗ cánh bay xa
Đêm hoang trở giấc
nhạt nhòa mi cay

Men nào
chưa uống vội say
Tình nào xa khuất
tầm tay mịt mờ...

*17.12.2018*

# Ừ THÔI...

Ừ thôi...
mặc gió mây trôi
Nợ duyên một giấc mộng hời lạc bay

Ừ thôi...
ngày lại qua ngày
Ru cung phím lỡ men cay ngậm ngùi...

*17.12.2018*

# TIẾNG ĐÊM

Tiếng đêm buồn vang vọng
Nỗi nhớ đọng hồn côi
Bao yêu ái xa rời
Tay ôm vời ký ức

Tiếng đêm nào thổn thức
Câu ca gục bên đường
Hòa nhịp khúc sầu tương
Hồn vấn vương tan tác...

*19.12.2018*

# SỚM MAI...

Sớm mai về với cô liêu
Thoảng trong hương gió nụ yêu chín ngần
Đưa tay với giọt tình ngân
Chợt nghe chua xót thấm lần bờ môi

Sớm mai vọng tiếng phai phôi
Dư âm đọng sót giấc đời lạc bay
Gương xưa soi nét hao gầy
Bóng thời gian hững hờ vây quặn lòng

*22.12.2018*

# NHẠT

Trăng say
bóng ngả thềm rêu
Hoang vu trải lối liêu xiêu gót đời
Miền yêu
lạc bến chơi vơi
Gió lây lất thổi nhẹ phơi giấc trần

Mộng về
trên đỉnh phù vân
Hồn mê khát nụ hôn gần ngất ngây
Đêm rơi
trống vắng tay gầy
Cô đơn nỗi nhớ xót lay tim sầu

Tương tư quyện quấn niềm đau
Hương nồng ký ức... nhạt màu thời gian...

*26.12.2018*

# MỘT...

Một chút ngu ngơ... chút dại khờ
Chút hờ hững đợi... chút hoài mơ
Lạc mảnh trăng yêu sầu ngơ ngẩn
Lỡ bước đường trần... nhạt ý thơ...

*

Một giọt ưu tư ngấn lệ mờ
Một vì sao nhỏ gọi hồn mơ
Một chăn gối lẻ đêm đơn lạnh
Một mảnh tình riêng... giấc mộng hờ...

*

Một gánh tương tư lạc nẻo chờ
Ru tình đọng vướng những cung tơ
Nặng gánh trần duyên tim vụn vỡ
Nợ kiếp nhân sinh... tóc bạc mờ...

*26.12.2018*

# ĐÊM LẠC LÕNG

Đêm lạc lõng...
Gió khuya chừng than thở...
Ru mộng về ngập cõi nhớ vu vơ
Lạnh bờ yêu... khao khát mãi đợi chờ
Từng nhịp thở... đưa hồn mơ điệu ái

Đêm lạc lõng...
Câu thơ đầy khắc khoải
Niềm ưu tư đọng trải giữa không gian
Sắc thu phai vương vấn bóng nguyệt tàn
Đông giận dỗi rã tan bờ tuyết trắng

Đêm lạc lõng...

*09.01.2019*

# TRĂN TRỞ

Ta rơi...
giữa chốn cõi trần
Lãng du một kiếp nhục thân đọa đày
Cười vui...
khóc hận trả vay
Phù du cát bụi dạn dày phong sương

Ta tìm nhau chốn yêu thương
Mơ câu ái nghĩa đậm hương vị đời
Hợp tan sóng cuộn trùng khơi
Bể dâu ngập nhớ tim vời vợi đau

Ta về...
Nhặt mảnh trăng sầu
Soi đêm trăn trở nát nhàu nụ yêu
Môi khô...
Khát giọt hương chiều
Khẽ khàng nghe tiếng cô liêu gọi mời...

*15.01.2019*

# LẠC

Lạc chốn nhân gian quyện cõi tình
Mơ dòng nghĩa ái nợ ba sinh
Men đời ấm lạnh câu say tỉnh
Xóa dấu đau thương phủ phận mình

Lạc kiếp phong sương đọng nỗi sầu
Phù du cõi tục mộng chìm sâu
Tay ôm trống vắng đời hoang lạnh
Nguyệt khuất màn khuya bạc mái đầu

Lạc chốn cô liêu lạnh bước trần
Trông vời cuối nẻo dấu phù vân
Sai duyên trái nợ hờn đơn lẻ
Ước hẹn phai tàn vọng cố nhân

Nhặt mảnh hương nguyền dệt ý thơ
Môi ươm nụ ngọt xoá mong chờ
Yêu thương... giận dỗi... đời vương nợ
Lạc giấc miên trường một cõi mơ...

*18.01.2019*

# EM ĐI

Em đi...
Lối nhỏ dáng hao gầy
Trống vắng ơ hờ lạnh buốt vai
Tuyết phủ miền xa vùi kỷ niệm
Mưa giăng phố cũ trĩu u hoài

Em đi...
Rét mướt gọi Đông về
Nguyệt khuất sao mờ lạc cõi mê
Lạnh mảnh chăn đơn hờn lẻ bạn
Gầy câu ái nghĩa xót duyên thề

Em đi...
Nỗi nhớ ngập giăng hồn
Mộng vỡ đêm tàn khát giọt hôn
Nhặt chút hương nồng mơ nhịp thở
Đường trần lỡ giấc lệ nhòa tuôn...

*24.01.2019*

# RU

Ru đời...
ngày tháng đong đưa
Ru ta...
quên những lọc lừa nhân gian

Ru say...
vùi giấc mộng tàn
Ru hờn...
phím vỡ lệ chan đêm gầy!

*26.01.2019*

# XA...

Người xa
hồn ngẩn ngơ chờ
Mùa xa
dõi ánh trăng mơ giấc sầu

Đò xa
sóng cuộn về đâu
Tình xa
hờ hững nhạt màu phấn hương

Mình xa
lạc mất lối đường
Đời xa
đời mãi vấn vương cuộc trần

Canh xa
ảo mộng phù vân
Nụ yêu dậy khát môi lần bờ môi...

*28.01.2019*

# TUYẾT

Tuyết phủ trời đông lạnh nẻo về
Tuyết bàng bạc nhớ dậy hồn mê
Tuyết vây ngõ ước mờ câu thệ
Tuyết xóa đường mơ nhạt dấu thề
Tuyết hững hờ say vầng nguyệt quế
Tuyết thờ thẩn vọng ánh sao Khuê
Tuyết rơi xót phận đời dâu bể
Tuyết quyện tình xa thoảng mộng kề...

*30.01.2019*

## HOANG ĐƯỜNG

Từ trăng...
phơi dáng ngọc ngà
Gió vờn ru giấc
mộng xa tình gần
Từ đêm...
lạc đỉnh phong vân
Lối gầy rêu phủ
gót trần chợt vương

Từ môi...
rực khát nụ hường
Đam mê đọng sót
hoang đường chữ yêu
Từ ta...
về giữa cô liêu
Say men giọt đắng
bạc phiêu kiếp đời

Từ tay...
chào vẫy cuộc chơi
Thiên thu tiếng vọng
não vời vợi đưa
Từ hoa...
rũ nát hương thừa
Bơ vơ cánh bướm
lệ vừa xót rơi...

*05.02.2019*

# MONG MANH

Mong manh...
sợi nắng ban chiều
Về treo trên đỉnh cô liêu ngỡ ngàng
Tay vời nỗi nhớ đi hoang
Nụ yêu sầu rũ khẽ khàng rụng rơi

Mong manh...
một sợi tơ trời
Ái ân hờ hững chơi vơi mộng hồn
Khát bờ môi... khát nụ hôn
Khát vòng tay ấm đêm tròn giấc say...

Mong manh...
đời mãi... mong manh...!

*06.02.2019*

## HOANG PHẾ

Mùa xa...
tuyết ngập hồn hoang
Lạnh vùng ân ái
ngỡ ngàng câu yêu

Bơ vơ...
cánh nhạn lưng chiều
Lạc đàn tiếng gọi
cô liêu não nề

Đêm gầy...
nửa giấc... tình mê
Tay ôm hờ hững
mộng về xót rơi

Rêu phong...
phủ kín lối đời
Người xa...
hoang phế tim côi...
Lệ trào!

*08.02.2019*

# NỬA VẦNG TRĂNG

Nửa mảnh trăng khuya lạc giữa trời
Ru hồn quạnh quẽ giấc chơi vơi
Tay ôm dĩ vãng chìm hơi thở
Vẳng chút dư âm... xót mộng đời!

*11.02.2019*

# VẾT XƯA...

Em đi...
Sợi nắng mong manh
Hoàng hôn tím rũ rêu xanh lối mòn
...
Hỏi tình:
Vương chút môi son
Vết xưa đọng sót... có còn…
Nụ yêu ?

*14.02.2019*

# EM VỀ...

Em về...
tóc rối đường chiều
Rêu phong sỏi đá hoang liêu gót trần
Mộng đời
phai dấu phù vân
Môi hờn mơ khát tìm lần yêu xưa

Em về...
nhặt mảnh hương thừa
Thắp đêm cô quạnh... ấm vừa tim côi
Mưa khuya
réo rắc bồi hồi
Ru tình hờ hững lạc trôi bể đời...!

*14.02.2019*

# MỘNG THƯỜNG

Em về ru giấc mộng thường
Dệt câu yêu ái vấn vương ngọt ngào
Ru tình vào cõi chiêm bao
Ru đêm gối chiếc lệ trào giấc khuya!

*17.02.2019*

# RU TA

Ru tình...
trên những trái ngang
Ru ta...
ru giấc muộn màng nỗi đau

Ru đêm...
chăn lạc gối nhàu
Ru đời...
hờ hững bạc màu sắc hương!

*19.02.2019*

# NỖI ĐAU MUỘN MÀNG...

Có những nỗi đau...
muộn màng nhưng sâu đọng
Giày xéo hồn côi trong bóng tối màn đêm
Có những dư âm...
xa xôi nhưng mãi vọng
Quấn quyện hương đời và xé nát con tim...!

*21.02.2019*

# TÀN PHAI

GOM câu ân ái
TÌNH mãi lạc trôi
GÓI bao chua xót bờ môi
NGHĨA xưa xin gởi cho người mai sau

TRẢ bao hẹn ước
VAY bước phong trần
DUYÊN nào đọng phím sầu ngân
ĐỜI gieo cung lỡ lệ ngần đêm hoang

ĐÃ mang kiếp bạc
CẠN bát vô thường
ĐẮNG lòng quên mối tơ vương
CAY thêm men rượu miên trường cõi mơ

LẠI trơ hình ảnh
ĐẦY mảnh tàn phai
GOM TÌNH GÓI NGHĨA TRẢ VAY
DUYÊN ĐỜI ĐÃ CẠN, ĐẮNG CAY LẠI ĐẦY.

*21.02.2019*

# MỘNG

Sương khuya đọng sót ngẩn ngơ thềm
Quạnh quẽ cô phòng giá lạnh chêm
Vĩ Dạ sầu rơi nhung nhớ trỗi
Tương Giang lệ rớt vấn vương kèm
Bơ vơ cánh nhạn trời xa mãi
Lạc lõng con đò bến vắng thêm
Cạn chén ưu tư vùi kiếp bạc
Hồn xiêu bóng ngả... mộng qua rèm!

*25.02.2019*

# RƠI...

Trăng rơi...
trên đỉnh sầu đông
Tình rơi...
giữa chốn bão giông biển đời
Hồn rơi...
sóng cuộn trùng khơi
Ta rơi... lạc lối...
chơi vơi cuộc trần...!

26.02.2019

# TRẢ VAY

Trót mang
kiếp số đoạn trường
Xót xa thân phận
nặng vương nợ tằm
Gió mùa
rét lạnh căm căm
Bơ vơ cõi trống
âm thầm đêm hoang

Hồn trôi...
bóng lạc... ngỡ ngàng
Tay ôm rách nát
lổ loang cuộc trần
Nguyệt tàn
vỡ giấc phù vân
Lặng nghe băng giá
thấm dần tim côi

Gom bao
mảnh vụn tình rơi
Rót tràn men đắng
Chén đời... trả vay!

*26.02.2019*

# CÒN...

Còn lời nào để nói
Khi tình mỏi cánh bay
Bao chua xót đọa đày
Đêm miệt mài trăn trở

Còn bao nhiêu nhung nhớ
Hòa nhịp thở canh trường
Đời nặng nợ tơ vương
Tim sầu thương tan nát

Còn đây ngàn khao khát
Môi hôn nhạt phai nồng
Đâu tiếng vọng hư không
Nơi cô phòng buốt giá

Giọt mưa khuya lã chã
Gió mệt lả ru hồn
Câu ân ái vùi chôn
Còn chăng... muôn mảnh vỡ...!

*27.02.2019*

## TRĂM NĂM NGÓ XUỐNG ĐỜI HƯ ẢO
## PHÚT CHỐC NHÌN LÊN NGỘ LẼ TRỜI

***

# ẢO...

TRĂM khổ nghìn đau xót phận người
NĂM buồn tháng não lệ tràn rơi
NGÓ thiên chỉ địa thề mười kiếp
XUỐNG biển lên non hứa vạn lời
ĐỜI trắng tâm đen kìa kẻ ngỏ
HƯ tình giả ý đó ai khơi
ẢO mộng tàn phai tay trống trải
PHÚT CHỐC NHÌN LÊN NGỘ LẼ TRỜI

*03.03.2019*

# TÌNH TRÔI

Gió ru cơn mộng vỡ
Chừng than thở trong đêm
Nụ yêu lạc môi mềm
Rêu phong thềm sương lạnh

Mưa sầu rơi cô quạnh
Tan tác mảnh hồn côi
Bao dấu ái xa vời
Tim chưa vơi niềm nhớ

Khúc tình ca dang dở
Còn muôn thuở vọng về
Bao oan trái u mê
Gieo não nề cung điệu

Rượu còn... tri âm thiếu
Thơ... thất thểu lạc loài
Men đời... uống chẳng say
Tình... theo mây trôi mãi...

*03.03.2019*

# TIM VỠ

Mưa sầu rơi lả tả
Nhạc rời rã về đêm
Men cay đọng môi mềm
Hồn phơi thềm hoang lạnh

Lạc mơ... hoài nhân ảnh
Đau xót mảnh tình rơi
Gió than điệu ru hời
Tay ôm vời dĩ vãng

Mây bên trời phiêu lãng
Say chếnh choáng cuộc trần
Đâu cát bụi phù vân
Nào ảo chân mộng thực

Dư âm tràn ký ức
Đời lê bước... bạt phiêu
Ưu tư héo môi điều
Tàn nụ yêu... Tim vỡ...!

*06.03.2019*

# NỢ...

Ta nợ nhau...
cuộc tình đầy mưa nắng
Câu thơ sầu văng vẳng giữa đêm côi
Nợ tiếng yêu còn đọng vướng bờ môi
Dòng lệ nóng lặng rơi bên gối lẻ

Ta nợ nhau...
những tháng ngày buồn tẻ
Gió ru hờn khe khẽ thoáng bên song
Tuyết đông xa băng giá phủ ngập lòng
Tim đơn lạnh khát khao vòng tay ấm

Ta nợ nhau...
đôi mắt buồn sâu thẳm
Xót xa nào gặm nhấm mảnh hồn hoang
Chén ái ân chưa cạn bỗng vỡ toang
Men cay đắng phũ phàng xua tan mộng

Ta nợ nhau...
tin yêu cùng ước vọng
Trót vùi chôn trong biển sóng cuộc trần
Bờ cát nào xưa in dấu tình nhân
Nay vội xóa giữa vũ vần mưa bão...

Ta nợ nhau... con tim khờ rướm máu...!

*06.03.2019*

# TAN TÁC

Từ hoa tuyết phủ miền đất lạ
Em về chôn mộng xót xa đau
Gió ru
Hồn lạc
Đêm cô tịch
Lỡ giấc mơ yêu ngấn lệ trào

Từ sương giăng lối tình hoang lạnh
Dấu cũ
Thềm rêu
Ánh nguyệt sầu
Chén đắng vùi say... tim rạn vỡ
Nát mảnh hương đời... nát lòng nhau...!

*10.03.2019*

# TÀN...

Lạnh gót phong sương giữa cuộc trần
Ru đời quạnh quẽ cõi phù vân
Tàn mơ ảo não hờn duyên số
Vỡ mộng u hoài xót phận thân
Phím lạc hoa rơi tình mãi đọng
Tơ chùng liễu rũ ái còn ngân
Thiên di rã cánh trời phiêu bạt
Vọng tiếng bi ai... thoảng lụi dần...

*13.03.2019*

# ĐÔNG RU

Đông ru...
giấc ngủ chẳng tròn
Lất lây cơn mộng... khát mòn nụ yêu
Thềm khuya
lạnh vắng tiêu điều
Sao rơi gối lẻ quạnh hiu kiếp đời

Đông ru...
tóc sợi buông lơi
Lạc trôi dấu ái... sầu khơi mắt gầy
Gió mùa
khản gọi tình say
Rượu cay men đắng rót đầy hồn hoang

Đông ru...
điệu khúc lỡ làng
Đàn rơi phím vỡ... lổ loang cuộc trần
Nguyệt tàn...
dỗi áng phù vân
Vời trông ký ức... chạm lần... hư vô!

*14.03.2019*

# DĨ VÃNG

Còn gì trong dĩ vãng
Đời... tựa áng mây trôi
Tình... lạc rơi năm tháng
Tóc... nhạt màu gương soi!

*14.03.2019*

# KHÓI

Châm điếu thuốc...
nhìn làn khói loãng
Mộng mơ nào
chợt thoáng bay cao
Đêm lạnh lùng...
rơi lạc ngàn sao...
Hồn rung động...
nao nao niềm nhớ...!

*21.04.2019*

# MÙA RƠI

Từ mùa...
tím rụng bên song
Nụ yêu héo rũ
lệ đong mi sầu
Chiều tàn...
rớt hạt mưa ngâu
Lạnh bờ vai nhỏ
ươm màu nhớ nhung

Từ ta...
xa cách nghìn trùng
Sao rơi lạc lối
mê cung tình trần
Mộng đời
khuất nẻo phù vân
Về ru giấc lỡ...
liệm dần ước mơ...

*18.03.2019*

## TAN MƠ...

Nốc cạn chén sầu
Về đâu... bến lạ
Mưa khuya lã chã
Tơi tả hồn côi

Héo úa bờ môi
Mộng đời tan tác
Sương thu bàng bạc
Phiêu lạc trời xa

Một cõi ta bà
Chỉ là mây khói
Gót trần mệt mỏi
Rũ gối phong sương

Đây chốn vô thường
Vấn vương ký ức
Ảo chân mộng thực
Tàn giấc mơ yêu...

*18.03.2019*

# NỬA...

Nửa hờn giận...
Nửa nhớ thương
Nửa hờ hững
Nửa vấn vương đợi chờ
Nửa vầng trăng lạc hồn mơ
Nửa đêm gối chiếc thẫn thờ mộng rơi

Nửa đường trần tục chơi vơi
Nửa đời sương gió trùng khơi sóng gào
Nửa cay đắng
Nửa ngọt ngào
Nửa hương yêu ái
Nửa màu xót xa...

Một nửa người...
Một nửa ta...

*20.03.2019*

# THÁNG BA...

Tháng Ba
nắng sợi nhạt vàng
Nụ yêu héo úa
lổ loang giấc chiều
Gió ru
điệu khúc cô liêu
Tàn mơ...
lạc bước...
hoang liêu tình trần

Tháng Ba
mờ khuất ảnh nhân
Về khua nỗi nhớ...
sầu dâng ngập sầu
Câu thơ
chất ngất niềm đau
Nguyệt tàn
canh vắng
phai màu ái xưa...

Rượu cay...
Chung cạn...
Xót thừa!
Tay ôm trống vắng
ngập vừa... cõi mê...!

*23.03.2019*

# TRẢ NHAU...

Nợ nhau...
một mảnh trăng thề
Cho nhau...
tình lỡ ê chề xót đau

Nợ nhau...
câu ái ngọt ngào
Cho nhau...
lời đắng rót vào tim côi

Nợ nhau...
thơm ngát bờ môi
Cho nhau...
suối lệ đêm trôi hững hờ

Nợ nhau...
êm ái vần thơ
Cho nhau...
phím vỡ cung tơ đoạn trường

Nợ nhau...
trọn giấc mộng thường
Cho nhau...
trống vắng sầu vương canh dài

Nợ nhau...
một kiếp thương vay
Trả nhau... trả hết... đổi thay cuộc trần...!

*25.03.2019*

# ĐÊM CẠN...

Sầu vương gối lẻ mộng qua rèm
Lạnh gió ru hồn quạnh quẽ thêm
Nguyệt khuyết sương mờ giăng lối ngõ
Sao băng bão lộng thoảng bên thềm
Tàn ân lụn nghĩa cô đơn đọng
Rã ái tan duyên trống trải kềm
Khắc khoải ưu tư vời kỷ niệm
Men nồng chuốt cạn xót tình... Đêm!

*27.03.2019*

# DỖI

Đêm ru hồn khắc khoải
Nỗi nhớ mãi khôn nguôi
Tim rung động bồi hồi
Chừng xa xôi tiếng vọng

Niềm yêu hoài lắng đọng
Chìm cơn mộng hắt hiu
Trong hoang vắng tiêu điều
Bóng liêu xiêu mờ khuất

Vần thơ sầu chất ngất
Nụ hôn nhạt môi hường
Tóc đượm màu hơi sương
Còn vấn vương nhịp thở

Cung tơ sai nhịp lỡ
Gieo tình vỡ... hao gầy
Bàn tay thiếu bàn tay
Lệ dâng đầy... mi dỗi...

*29.03.2019*

# MƯA...

Cơn mưa nào không ngủ
Ray rức nụ tình đau
Hờ hững gối chăn nhàu
Nhạt phai màu ân ái

Cơn mưa nào khắc khoải
Rơi rơi mãi giọt buồn
Khao khát đọng môi hôn
Đêm đơn hồn hoang lạnh

Cơn mưa nào...
Vừa tạnh...!

*29.03.2019*

# BẼ BÀNG

VẦNG nguyệt lạnh ru hồn khắc khoải
TRĂNG hững hờ treo mãi trời xa
AI xui câu ái nhạt nhòa
XẺ duyên chia nợ sóng òa bờ yêu

LÀM sao xóa cô liêu hờn tủi
ĐÔI mi sầu nhuốm bụi tình rơi
NỬA nhung nhớ... nửa lạc rời
IN hằn nhân ảnh đêm khơi giấc gầy

GỐI đơn rũ nồng say hương lỡ
CHIẾC áo nhàu vương nợ ái ân
NỬA đời dày dạn phong trần
SOI gương xót kiếp cô thân bẽ bàng

DẶM trùng gió sương mang kỷ niệm
TRƯỜNG canh hòa cung phím chơi vơi
VẦNG TRĂNG AI XẺ LÀM ĐÔI
NỬA IN GỐI CHIẾC NỬA SOI DẶM
TRƯỜNG.*

*02.04.2019*

* Thơ Nguyễn Du

# MƯA KHUYA

Mưa khuya tràn giọt nhớ
Vụn vỡ... xót tình đau
Nụ yêu nhạt phai màu
Hồn chênh chao... mộng lạc!

Mưa rơi rơi... từng hạt
Nghe tan tác trời thơ
Ru chăn gối hững hờ
Đêm bơ vơ... quạnh vắng

Mưa xé màn cô lặng
Đời vang vẳng điệu hờn
Song thưa... gió từng cơn
Hoà tiếng buồn sâu đọng

Mưa... vừa mắt lệ đong...!

*03.04.2019*

# PHÔI PHA

Em về...
đếm những phôi pha
Ru đêm mộng vỡ
mơ xa giấc sầu
Nguyệt tàn
bóng ngả về đâu
Rêu phong thềm cũ
vó câu nghìn trùng

Em về...
nhặt mảnh tình chung
Gom hồn thơ cạn
dệt khung nợ trần
Duyên hờn
phím lỡ hoài ngân
Ngõ yêu lạc bước
gót lần hư không...

*05.04.2019*

# BẾN ĐỜI

Sông mê
bên lở bên bồi
Bên tình réo gọi...
bên hồi chuông ngân
Đi đi...
ở ở...
bao lần
Nợ đời chưa dứt...
cuộc trần nặng vay...

Nghĩa ân
đôi gánh oằn vai
Bờ yêu bờ ái
trải dài lê thê
Đau đau...
xót xót...
tràn trề
Đò xa bến đợi...
hồn mê giấc tàn!

Kiếp đời
nhiều nỗi đa đoan
Lạc rơi cõi tục
dậy ngàn khổ đau
Chuông ngân...
gọi dứt cuộc sầu
Gót buồn chếnh choáng...
qua cầu nhân gian...

*06.04.2019*

# SẦU

Tan nát tim nhòa lệ đọng rơi
Ngậm đau hòa tiếng thế nhân cười
Tràn dâng ái nghĩa, vùi tâm khổ
Cạn trút yêu thương, lấp não bời
Tàn cuộc nợ duyên thuyền lạc bến
Rã bờ thề ước sóng xa khơi
Trần ai nặng gánh phiền ưu trỗi
Chân chậm gót sầu ảo mộng vơi...

Vơi mộng ảo sầu gót chậm chân
Trỗi ưu phiền gánh nặng ai trần
Khơi xa sóng, ước thề bờ rã
Bến lạc thuyền, duyên nợ cuộc tàn
Bời não lấp thương yêu trút cạn
Khổ tâm vùi nghĩa ái dâng tràn
Cười nhân thế tiếng hòa đau ngậm
Rơi đọng lệ nhòa tim nát tan...

*08.04.2019*

# XIN

Xin đời...
Một chút bình yên
Chẳng chút ưu tư... chút lụy phiền
Ngõ mộng...
Đêm về...
Hồn chẳng vướng
Canh tàn...
Không đọng... nỗi niềm riêng!

*10.04.2019*

# MỘ TÌNH

Chôn tình...
một nấm mộ hoang
Duyên se lỡ mối
bẽ bàng cung tơ
Đàn rơi
phím vỡ
đâu ngờ
Lạc câu ân ái
bơ vơ kiếp trần

Tàn rồi...
một giấc phù vân
Vùi quên ký ức
liệm dần mơ hoa
Hương yêu
ngày cũ nhạt nhòa
Men cay...
cạn chén...
phôi pha mộng đời...!

*11.04.2019*

# AI...

Ai đi...
lạc bước đời sương gió
Đêm tàn khắc khoải ngõ hồn đau...

Ai vùi...
chôn mộng sầu lệ nhỏ
Năm canh gối lẻ sắc hương nhàu...

*13.04.2019*

# ĐÊM CÔI...

Đêm trôi vội vã
Mộng rã rời tan
Luyến cuộc mơ tàn
Tim tràn nỗi nhớ

Đêm lơi nhịp thở
Giấc vỡ tình đau
Hương sắc phai màu
Úa nhàu nụ ái

Đêm sầu hoang hoải
Lệ trải gối nồng
Tay không vời bóng
Chăn mỏng... hồn côi...

*15.04.2019*

## TIẾC THƯƠNG

Luôn vẫn GIẤU ANH VÀO NỖI NHỚ
Đêm lạnh hờn vụn vỡ TÌNH đau
LỆ HOANG xót mảnh chăn nhàu
SẦU ĐÔNG gối lẻ hạ chao đêm gầy

Sương khuya úa TÓC MÂY rối sợi
MẮT BIẾC sầu ngóng dõi người xa
HƯƠNG XƯA rồi cũng nhạt nhòa
Dấu yêu một thuở PHÔI PHA mộng hời

CƠN GIÓ THOẢNG lạc rơi nụ ái
CÓ NGHE ĐỜI NGHIÊNG mãi giấc say
Cô đơn LẶNG LẼ NƠI NÀY
RU TÌNH trong chén rượu cay men nồng

CHO LẦN CUỐI tim hồng ngơ ngẩn
TIẾC THƯƠNG tràn vương vấn mi sầu
Đêm tàn TRỐNG VẮNG về đâu
Thoảng CƠN MƯA HẠ lẻn vào vườn yêu...

*19.04.2019*

* Câu viết hoa là tựa đề của bài hát

# VƯƠNG

Vương vấn
Ngẩn ngơ sầu
Lệ xót mùa ngâu
Nhạt màu ân ái
Tim yêu khờ dại
Tình nào mãi lạc trôi
Đêm cô tịch mộng nhớ người
Hồn rơi cõi vắng
Đời hoang lặng
Thoảng... qua!

# NHẠT NHOÀ

Vạn mối thương yêu đã nhạt nhòa
Muôn ngàn dấu ái vội phôi pha
Dư âm đọng sót hồn rời rã
Kỷ niệm dâng tràn dạ xót xa
Đó mảnh trăng sầu nơi xứ lạ
Đây khe suối lệ chốn quê nhà
Câu thơ khắc khoải người đâu tá
Quạnh quẽ đêm trường... chỉ bóng ta!

*22.04.2019*

# THIÊN THU

Sầu rơi...
lạc giữa cung tơ
Rã rời
Tan tác
Điệu thờ thẩn đưa...
Tình rơi...
sót chút hương thừa
Bâng khuâng
Hờ hững
Đọng vừa thiên thu...

*22.04.2019*

# BỂ DÂU

Cô đơn
quấn quyện hồn côi
Đêm dài trở giấc
lặng trôi ngấn sầu
Ái ân
vụn vỡ...
vì đâu?
Tình tan theo những
bể dâu sóng đời...

*23.04.2019*

# HỎI

Hỏi trăng...
trăng khuyết vì đâu?
Hỏi tình...
sao vội qua cầu gió bay?

Hỏi men nào...
uống không say?
Hỏi dòng thơ cũ... sao nay hững hờ...?

*25.04.2019*

# LẠI... HỎI

Hỏi người...
nay đã quên ta?
Hỏi tình ...
hờ hững...
xót xa...
nỡ đành!

Hỏi cơn gió
thoảng bên mành...
Ru chi mộng vỡ
chòng chành đêm sương!

Hỏi lòng...
sao mãi vấn vương?
Nụ yêu héo rũ...
cành thương đoạn lìa!

*26.04.2019*

# LẠC MƠ

Xưa...
Đêm...
Ngọt mắt môi hôn.
Mây mưa vần vũ bồn chồn gối chăn
Giờ...
Đêm...
Vắng điệu sầu ngân
Đèn khuya héo hắt chìm dần hư không

Tình theo sóng nước bềnh bồng
Đôi bờ thương nhớ mênh mông biển đời
Thuyền ai lạc bến xa khơi
Lỡ câu hò hẹn quên lời ái yêu

Hoàng hôn khát giọt nắng chiều
Sương mờ lối cũ hoang liêu đường về
Nửa hồn... chìm cõi u mê
Nửa lây lất nhớ... não nề câu thơ

Xưa...
Đêm...
Suối mộng đồi mơ
Giờ...
Đêm...
Trống vắng thẫn thờ hồn côi
Rèm thưa gió lộng tơi bời
Nụ tình hấp hối... rã rời... Tim đau!

*27.04.2019*

# TRỞ MÙA

Trở mùa...
nghe những xót xa
Thấm từng hơi thở làn da...rã rời

Chơi vơi...
hồn bỗng chơi vơi
Sầu dâng đáy mắt... lặng rơi giấc trần

Trở mùa...
nát cuộc ái ân
Môi hờn luyến giọt sương ngần ngại tan

Hương yêu...
vụn vỡ phai tàn
Ru câu tình lỡ trên ngàn nỗi đau!

*28.04.2019*

# TRẢ

Trả hết cho ai ước mộng đầu
Trả lời ngọt mật lúc canh thâu
Trả bao hẹn cũ... tình không đổi
Trả những thề xưa... ái chẳng nhàu
Trả mảnh trăng khuya chừ nhạt sắc
Trả tia nắng sớm đã phai màu
Trả dòng lệ úa... tim tan vỡ
Trả nét thơ yêu... đọng giọt sầu!

*28.04.2019*

# MỘNG VỠ

Đường xưa
nắng sợi còn vương
Dấu yêu ngày cũ nhạt hương đọng sầu

Phượng hồng
xác đỏ phơi màu
Nụ tình vụn vỡ... nát nhàu môi hôn

Gió ru
nhạc khúc dỗi hờn
Lạc miền ký ức chập chờn mơ hoang

Mộng đời
khô héo võ vàng
Câu thơ uất nghẹn... dở dang điệu vần...!

*01.05.2019*

# XUÂN TRÔI

Nợ tằm
một kiếp nặng mang
Xe tơ dệt mộng võ vàng sắc hương
Câu yêu
hờ hững đoạn trường
Lạc mơ vùi giấc vô thường thế nhân

Đường trần
bao nỗi đa đoan
Vướng bờ khổ lụy lệ tràn khóe mi
Gương soi...
bạc trắng xuân thì
Dốc đời mỏi mệt... đậm ghi vết hằn

Đàn rơi...
phím vỡ...
sầu ngân...
Nửa hồn hoang phế...
nhạt dần lời thơ!

*02.05.2019*

**HOẠ HỔ HOẠ BÌ NAN HOẠ CỐT**
**TRI NHÂN TRI DIỆN BẤT TRI TÂM**
***

## TRẮNG... ĐEN

HỌA sao sắc mạo lúc thăng trầm
HỔ dữ đùa mồi giữa Trúc lâm
HỌA chốn trần ai đâu lúc thật
BÌ nơi cõi tục dễ khi lầm
NAN đời xảo trá nao tường tận
HỌA nẻo gian tà ấy hiểm thâm
CỐT cách hoa ngươi mờ trí não
TRI NHÂN TRI DIỆN BẤT TRI TÂM.

*04.05.2019*

# NGHE CHỪNG...

Nghe chừng gió lạnh vào đêm
Nghe chừng vụn vỡ bên thềm chợt rơi
Nghe chừng tình đã xa khơi
Nghe chừng hiu hắt rã rời hồn đau

Nghe chừng uất nghẹn dâng trào
Nghe chừng thao thức chiêm bao ngại ngần
Nghe chừng tan mộng phù vân
Nghe chừng chua xót đang dần lỏi len

Nghe chừng câu ái rỉ hoen
Nghe chừng gãy đổ cổng then tim lòng
Nghe chừng đời lạc mênh mông
Nghe chừng dâu bể thuyền không chống chèo

Nghe chừng năm tháng trôi vèo
Nghe chừng kỷ niệm nhạt theo bóng người
Nghe chừng bao giọt sầu rơi
Nghe chừng giông bão giữa trời phôi pha

Nghe chừng cô lẽ mình ta
Nghe chừng lệ nhỏ xót xa tràn trề
Nghe chừng nông nỗi u mê
Nghe chừng ai oán... não nề câu thơ...!

*08.05.2019*

# TIẾC NUỐI...

Em đi chiều nhạt nắng
Sầu úa lặng mi hờn
Đâu ngọt ấm môi hôn...?
Hoang vu hồn cô lẻ...

Gió ru lời khe khẽ
Tình vừa hé vội tan
Hương yêu chợt phai tàn
Bóng thời gian vụn vỡ

Câu thơ chừ dang dở
Rơi đâu đó điệu vần
Đời lạc lối phù vân
Xua gót trần phiêu lãng

Sương giăng mờ dĩ vãng
Đêm trống vắng hững hờ
Chung cạn... hồn bơ vơ
Tim còn trơ nuối tiếc...!

*10.05.2019*

# LẠC BẾN

Người đi...
Bóng ngã chiều hoang
Rong rêu lối cũ nhạt loang ánh tà

Đàn ngân...
cung phím xót xa
Nụ tình vụn vỡ lệ nhòa giấc đơn

Sầu tư
gối lẻ dỗi hờn
Phôi pha mộng ái môi hôn úa nhàu

Bờ xa...
Biển động...
Sóng gào...
Thuyền yêu lạc bến... hồn chao nghiêng hồn...!

*13.05.2019*

# MỘNG SẦU

Dốc đời...
mòn mỏi xa xôi
Gót trần phiêu lãng
lạc trôi kiếp sầu

Thềm hoang
tí tách giọt ngâu
Đếm đong nỗi nhớ
nhuộm màu thời gian

Ái ân
vụn vỡ phai tàn
Nụ yêu hờ hững
lệ tràn khóe mi

Chiều say...
lạc cánh thiên di
Đơn côi xót mộng
xuân thì vụt bay...!

*16.05.2019*

# BIỂN KHÁT

Biển khát gọi...
sóng dào dạt sóng
Đêm từng đêm tiếng vọng ru hờn
Gió thì thào dỗ mộng hồn đơn
Bờ hoang trải gót mòn chân mỏi

Biển khát gọi...
ghềnh rêu nhắn gởi
Đá xanh màu đượm mối sầu tư
Vần thơ xưa lạc lõng câu từ
Theo bọt sóng lắc lư dòng nước

Biển khát gọi...
miền xa mộng ước
Triền cát vàng dõi bước tình nhân
Nhạt hương yêu phai dấu đường trần
Cơn bão dậy... xua ngàn ký ức!

*20.05.2019*

# QUÊN

Lãng quên...
Vùi lấp...
Niềm đau...
Ân xưa nghĩa cũ nhạt màu ái yêu!

Gót đời...
Phai dấu...
Thềm rêu...
Gió ru mộng vỡ... hoang liêu tình trần!

*22.05.2019*

# MỘNG CHIỀU

Hoàng hôn...
rớt sợi vàng hanh
Biển xanh...
Sóng biếc...
chòng chành thuyền con

Bờ xa...
tiếng vọng khát mòn
Gió gào khản giọng...
khóc hờn ghềnh rêu

Hải Âu...
xoải cánh mơ chiều
Trùng khơi...
Sương khói...
bạc phiêu mộng đời

Mây vờn...
chóp núi chơi vơi
Ngẩn ngơ dáng Nguyệt...
hồn phơi giấc trần!

*23.05.2019*

# XA TRÔI

Ta lạc mất mùa yêu
Đời rong rêu sỏi đá
Hoàng hôn phai bóng ngã
Hồn rời rã hoang liêu...

Ta cạn chén men chiều
Cợt cười say mê tận
Lệ đêm nhoà hương phấn
Đong vừa ngấn mi hờn

Một câu ái vùi chôn
Một mảnh hồn hoang phế
Một bài thơ nhạt tẻ
Tình... lặng lẽ... xa trôi..!

*24.05.2019*

# RÃ CÁNH

Đưa tay...
nhặt mảnh hương thừa
Hoàng hôn bóng ngả tình vừa lạc trôi

Thiên di...
rã cánh cuối trời
Tiếng kêu ai oán... mộng đời vụt bay!

*28.05.2019*

# ĐỢI

Ta vẫn đợi...
Gió thu tràn song cửa
Thổi mảnh hồn lần lựa chạm vào nhau

Ta vẫn đợi...
Lời âu yếm ngọt ngào
Nụ tình hé...
Dạt dào niềm hạnh phúc

Và cứ đợi...
Đêm tàn...
Trăng thổn thức!
Tim dại khờ...
Chờ chực giấc mơ yêu
Mắt thẫn thờ
trong hoang lạnh cô liêu
Nghe buốt giá...
quạnh hiu từng nhịp thở

Ta cứ đợi...
Mặc dòng đời trắc trở
Nắng Xuân hồng
rực rỡ buổi ban mai
Chung rượu tràn...
Môi chưa nhấp đã say...

Ta mãi đợi...
Bóng ai chiều hoang phế...!

*29.05.2019*

# CHIỀU RƠI

Gọi tình...
giữa cõi hoang liêu
Chiều rơi bóng đổ...
hồn phiêu diêu sầu
Mây ngàn...
Gió núi...về đâu?
Trùng khơi cánh nhạn
Giang đầu ngẩn ngơ...!

Nửa nhung nhớ...
Nửa đợi chờ...!

*29.05.2019*

# THÁNG NĂM

Tháng Năm...
nắng Hạ nhẹ vương
Rủ cơn mưa nhỏ...vô thường chợt rơi!
Bâng khuâng xoải cánh chim trời
Lộng đôi bờ gió hồn khơi giấc trần

Tháng Năm...
phủ mộng phù vân
Sương mờ trăng bạc đọng làn mi cong
Đêm phơi chăn mỏng hương nồng
Nụ tình chớm nở rạng hồng môi hôn

Tháng Năm...
mây xám dỗi hờn
Lạc trôi hờ hững trông vời đỉnh cao
Ghềnh rêu xanh tạc sóng gào
Xôn xao triền cát dạt dào biển yêu

Tháng Năm...
nhạc vấn vương chiều
Tương tư dạ khúc... bạc phiêu gót đời!
Chơi vơi... ảo diệu... chơi vơi...
Tỉnh say... ngọt đắng... ru hời!
Tháng Năm.

*30.05.2019*

# NỬA...

Nửa vầng trăng...
Nửa ngọn đèn...
Nửa đêm thức giấc...
lệ hoen mắt chờ
Mộng về...
Nửa tỉnh...
Nửa mơ
Ôm câu ái vỡ...
nửa bờ thương đau...

*31.05.2019*

# RU ĐỜI

À ơi... lỡ một cung đàn
Vô tâm gieo tiếng oán tràn câu ân
Sầu rơi lục bát sai vần
Đường thi rớt nhịp ru ngần xót xa

Men nồng cạn chén lệ nhòa
Ly cay trần thế... mình ta kiếp đời
Hư danh ảo mộng tình vơi
Cuộc người dâu bể dậy khơi... vô thường

À ơi ký ức còn vương
Nụ yêu vụn vỡ... nát hương tan nguyền!

*04.06.2019*

# PHÙ DU

Đêm tàn tiếng vọng cô liêu
Thoảng ngân cung phím dặt dìu... hồn đau
Gương soi bóng nhạt phai màu
Gót trần phiêu lãng chênh chao lối về

Ngồi ru mộng khúc... tỉnh mê
Sao rơi cõi vắng... sơn khê mịt mù
Cuộc người một thoáng phù du
Hơn thua được mất... thiên thu vô thường!

*05.06.2019*

# VÔ THƯỜNG

Mộng đời một thoáng mong manh
Nghĩa ân vụn vỡ tan tành. Xót xa!
Tin yêu vụt tắt... âu là...
Phù du kiếp bạc... tỉnh ra... vô thường!

*07.06.2019*

# NHẶT

Nhặt thoáng hương yêu đượm giấc nồng
Nhặt màu kỷ niệm thuở chờ mong
Nhặt vầng nguyệt khuyết sầu dâng sóng
Nhặt ánh sao băng xót dậy lòng
Nhặt luyến lưu chôn vùi cõi mộng
Nhặt nhung nhớ quyện quấn phòng không
Nhặt chiều dấu ái mờ sương mỏng
Nhặt cánh thu tàn buổi lập đông...

*09.06.2019*

# MÒ...

Mò đêm...
tìm giấc mộng đời
Mò đời...
tìm giọt sầu rơi cuối đường
Mò đường...
tìm vết yêu thương
Mò thương...
tìm mảnh tình vương...
Gót trần!

*10.06.2019*

# BỂ LẠC

Rơi rơi giọt nước
Mưa chiều
Bay bay...
Cánh lá bạc phiêu...
Cuối trời!
Sầu sầu ngõ mộng...
Tình vơi
Xa xa...
Bể lạc trùng khơi...
Bóng người...!

*10.06.2019*

# LỤC BÁT... RU

Ru câu...
lục bát nát lòng
Mưa rơi giọt ngắn lệ nồng giấc non
Hạ về phượng thắm màu son
Đỏ phơi xác úa đường mòn lối xưa

Chiều buông lặng xót xa vừa
Bơ vơ cánh nhạn sầu đưa cuối trời
Với tay nhặt mảnh tình rơi
Lỗ loang vết xước hồng tươi máu đào

Ru câu...
lục bát úa nhàu
Dối gian phủ lấp xóa màu tin yêu
Đâu đây vọng tiếng kinh chiều
Điệu trầm ray rức hoang liêu gọi hồn

Mộng thường kiếp bạc vùi chôn
Vần sai nhịp lỡ dấu hờn đọng vương

Lục tìm ký ức mùi hương...

*10.06.2019*

# CHỢ ĐỜI

Đổi chác yêu thương muốn được lời
Thương trường giá trả tiếng chào lơi
Chân thành mánh vụng không người tới
Dối trá tay cao lắm kẻ mời
Bảy bạc câu ân đành bỏ mối
Mười đồng chữ nghĩa phải buông xuôi
Chiều tan chợ vãn mình ta... bởi
Đổi chác yêu thương muốn được lời…!

*12.06.2019*

# HẠ CHƯA...

Lạnh nỗi cô liêu xót ngập vừa
Ru sầu trĩu nặng vọng hồn đưa
Rơi từng cánh lá mùa đơn lẻ
Bởi gió đông tràn... Hạ vẫn chưa!

*17.06.2019*

# RU TÌNH

RU TÌNH...
trên những đa đoan
PHÔI PHA kiếp tục lệ tràn ƯỚT MI
Dấu yêu...
ĐỂ GIÓ CUỐN ĐI
BỐN MÙA THAY LÁ... xuân thì lặng trôi

RU ĐỜI ĐI NHÉ tôi ơi
RỪNG XƯA ĐÃ KHÉP... sầu rơi nặng sầu
HOA VÀNG MẤY ĐỘ còn đâu
Xót xa TÌNH LỠ... mưa ngâu dỗi hờn

Ru ta...
quên TUỔI ĐÁ BUỒN
Ru đêm... BIỂN NHỚ, ru hồn... DIỄM XƯA
Ngậm ngùi...
CỎ XÓT XA ĐƯA
Phù du CÁT BỤI... ru vừa TÌNH XA...!

*18.06.2019*

* Câu viết hoa là tựa đề của bài hát

# SÓNG

Sóng vỗ bờ khuya vọng tiếng buồn
Sóng hòa nỗi nhớ giọt sầu tuôn
Sóng tha thiết gọi tràn hơi thở
Sóng dạt dào reo đọng áng hồn
Sóng bạc miền khơi màu bọt vỡ
Sóng xanh gió lộng sắc mây dồn
Sóng ào bãi cát xua hoài niệm
Sóng phủ rêu ghềnh ảo mộng chôn

*24.06.2019*

# BIỂN GỌI

Về đây nhé...
Nghe tiếng gào rung chuyển
Của gió ngàn... sóng biển
Dậy trùng khơi
Giữa mênh mông bao la...
giữa đất trời
Như thét gọi...
Như kết lời than thở

Về thăm lại
Bờ cát xưa... nặng nợ
In dấu hờn...
trăn trở bóng tình nhân
Gót phiêu lưu
giờ cô lẻ đường trần
Đêm réo rắt nhạc ngân...
Sầu vang vọng

Về với biển...
Ru hồn rơi cõi mộng
Quẳng ưu phiền
theo bọt sóng... phù du
Ngẩng cao đầu cười ngạo thế...
Cho dù
Tim vụn vỡ...
thiên thu...
Muôn nghìn mảnh!

*24.06.2019*

# THƠ HÉO...

Văn thơ héo úa rũ bên trời
Kiếp bạc tơ tằm dệt mộng khơi
Nhặt ngữ gieo vần tròn nguyện khởi
Gom câu góp chữ vẹn ý mời
Người qua kẻ lại nào ai gởi
Chợ nhóm phiên tàn mấy đứa chơi
Ế ẩm than van đời có hỡi
Văn thơ héo úa rũ bên trời...

*25.06.2019*

# THÁNG BẢY... HẠ

Tháng Bảy...
Hạ về gieo nắng ấm
Sợi lung linh vàng đẫm hồn thơ
Trổi điệu vần gieo những ước mơ
Hương tình ướm mong chờ nụ ái

Tháng Bảy... Hạ...
Cát im ắng trải
Sóng vô tình vụng dại xóa đi
Tin yêu...
Kỷ niệm... mãi in ghì
Miền ký ức đọng ghi dấu mộng

Tháng Bảy...
Hạ gọi chiều gió lộng
Khúc nhạc sầu vang vọng hoàng hôn
Thoáng vu vơ... trầm bổng... dập dồn
Cung phím dạo... ru hồn...
... vào hạ!

*30.06.2017*

# LẶNG

Ta lặng đứng...
nghe chiều dần xuống
Gió thì thầm lay động nhành cây
Hương Hạ tràn vương vấn ngất ngây
Hồn quấn quyện cơn say chìm khuất

Ta lặng đứng...
quên đời u uất
Đốt nỗi sầu cháy rực tim côi
Xót xa nào rồi cũng phai phôi
Đêm hờ hững chậm rơi trời mộng

Ta lặng đứng...
nghe ngàn lời vọng
Tiếng thời gian lóng ngóng bên thềm
Câu ái ân sót đượm môi mềm
Ru nỗi nhớ êm êm... lịm tắt

Ta lặng đứng... sương mờ giăng mắt...

*01.07.2019*

# TÔ...

Tô...đời
đậm những vết hằn
Tô... tình...
loang lổ...
Tim cằn cỗi đau!
Tô... câu ân ái úa nhàu
Tô... ta
nhạt bóng...
bên màu thời gian...!

*02.07.2019*

# ĐỐT...

Đốt cả trời mơ...
xoá hẹn thề
Đốt vùng ước mộng...
giấu đam mê
Đốt tan nỗi nhớ...
chôn sầu khổ
Đốt chảy niềm chờ...
lấp ủ ê!

*03.07.2019*

# NGHE

Nghe... gió lạnh về đêm
Ru bên thềm nỗi nhớ
Cung đàn trầm nức nỡ
Tình bỡ ngỡ lạc trôi

Nghe... ray rứt bồi hồi
Mặn bờ môi... giọt ái
Mi vương sầu hoang hoải
Người...c òn mãi nơi đâu...

Nghe... mưa đổ mùa ngâu
Hạt trĩu màu ly biệt
Âm vang hờn da diết
Ai... có biết chăng ai...

Nghe... đời thoáng phôi phai
Rơi giấc gầy... mộng úa
Tiếng thời gian giãy giụa
Chìm... lần lựa... hư vô...!

*05.07.2019*

# ĐÊM TRÔI

Đêm gieo...
sợi nhớ nghẹn ngào
Vấn vương nụ ái
chênh chao giấc đời
Gió mùa
ru khúc tình vơi
Cô đơn...
Trống vắng...
lạnh khơi gót trần

Đêm về...
vọng tiếng sầu ngân
Cung thương áo nảo
đọng ngần xót xa
Rơi rơi...
Giọt đắng
Phím ngà
Lệ... hay mưa nhỏ
chợt qua cõi hồn

Đêm tàn...
mơ ước vùi chôn
Lời thơ mục nát
dỗi hờn tri âm...
Hoang liêu
vây phủ kiếp trầm
Cành yêu héo rũ...
trổ mầm biệt ly...!

Đêm trôi...
Mộng lạc... Tim ghi!

*05.07.2019*

# Ừ THÔI

Hương chiều lắng đọng hồn thơ
Lất phất mưa mờ giăng phủ
Nhạc khúc âm vang thề cũ
Lối xưa sót nụ hoa đời...

Gót trần bóng lẻ... sầu khơi
Phiêu bạt giữa trời quên lãng
Tóc úa ... sương pha ngày tháng
Duyên phai... trĩu nặng tình đau

Ừ thôi... quên những ngọt ngào
Theo gió lao xao nhành lá
Theo sóng xa bờ biển cả
Ừ thôi... sỏi đá vùi chôn

Mộng tàn... chát đắng môi hôn...!

*06.07.2019*

# THỔI

Thổi gió heo may...
lạc lối về
Thổi chiều vương vấn...
điệu lê thê
Thổi đêm nguyệt khuyết...
phiêu hồn bạt
Thổi sớm sương tan...
xóa hẹn thề

Thổi đời giông bão...
vùi câu ái
Thổi cuộc thăng trầm...
lặng kiếp mê
Thổi mộng xa tầm...
tay hụt hẫng
Thổi nát hương yêu...
xót não nề...

*08.07.2019*

# LẶNG VƯƠNG

Sương mờ...
đọng phiến cỏ non
Bâng khuâng nỗi nhớ
héo mòn tim côi
Hoàng hôn tím phủ chân đồi
Cô đơn cánh nhạn... tiếng rời rạc than

Đò ai lạc bến...
Chiều tàn!
Biển đời sóng dậy...vỗ tan mạn bờ
Chân hoang...
lê bước thờ ơ
Mộng thường rã giấc... tình hờ vụt bay

Còn chăng?
Rượu đắng...
Men cay...
Một câu thơ dở...
đêm dài lệ khuya
Một lời hẹn hứa...
Đoạn lìa!
Một thân một bóng...
cách chia nẻo đường.

Sầu rơi...
lặng cõi miên trường
Thiên thu hờ hững... vấn vương...
Cuộc trần!

*09.07.2019*

# HỎI GIÓ

Ai đó hỏi...
Sao hạ vàng nhạt nắng
Hắt hiu chìm rơi lặng buổi hoàng hôn
Ký ức xưa còn vương vấn ngập hồn
Yêu thương cũ vùi chôn...
Sầu nắng hạ!

Ai đó hỏi...
Sao mưa thu lã chã
Thấm vai gầy... tơi tả mảnh tình côi
Nụ hôn vừa hấp hối đọng bờ môi
Ân tình chết... lạc trôi...
Thu nức nỡ!

Ai đó hỏi...
Sao đông tràn trước ngõ
Khi thu còn bỡ ngỡ chửa vội đi
Tuyết lạnh lùng mờ phủ cánh thiên di
Tim băng giá ôm ghì...
Chiều đông lạc!

Ai đó hỏi...
Xuân có về ươm mát
Xoá mây mờ... dào dạt khúc tình ca
Mắt thôi sầu, thôi lệ đẫm chan hòa
Ta khe khẽ... xót xa...
Chờ hỏi gió!

*12.07.2019*

# LẶNG ĐẾM...

Ta ngồi đếm thời gian miền đất lạ
Dấu quê hương mờ biển cả xanh ngời
Sóng vỗ về ru nỗi nhớ ngàn khơi
Xua kỷ niệm đọng vời trang nhật ký

Ta ngồi vá mảnh linh hồn cũ kỹ
Rách tan hoang vùng dĩ vãng úa nhàu
Những cuộc tình vụn vỡ xót xa đau
Tim rướm máu đọng màu hè rực lửa

Ta ngồi tiếc thương cuộc người quá nửa
Mãi lênh đênh không nơi tựa bến chờ
Đêm lạnh lùng chăn lẻ gối bơ vơ
Sầu cô quạnh mộng hờ khuya trở giấc

Ta ngồi giữa bóng chiều tàn hiu hắt
Tóc mây buồn điểm bạc tấm gương soi
Vần thơ xưa cung điệu lạc rã rời
Còn vương vấn âm hơi câu ái lỡ...

*13.07.2019*

# ĐIỆU NHỚ

Trăng tàn...
bóng ngả bên song
Gió ru điệu nhớ
nhạc lòng xuyến xao
Câu thơ
nức nở nghẹn ngào
Xót xa cung phím
sầu chao nghiêng hồn

Nụ tình...
nhạt nét môi son
Lổ loang dấu ái
héo mòn hương yêu
Đêm rơi...
quạnh vắng tiêu điều
Chăn đơn hờ hững
cô liêu giấc trần

Chiêm bao...
lạc lối phù vân
Sương mờ vây phủ
đọng ngần khát khao
Mi ngoan...
in ngấn lệ trào
Trăng tàn...
Gió rít...
mộng nào vụt bay...!

*19.07.2019*

# SÓT...

Còn sót lại...
niềm đau và nỗi nhớ
Dấu trong tim vụn vỡ... chút hương thừa
Bóng thời gian vùn vụt xót xa đưa
Nghe tan tác gót trầm khua ngõ vắng

Còn sót lại...
dư âm cùng dĩ vãng
Đã nhạt nhòa theo năm tháng dần trôi
Nụ yêu xưa đầy xao xuyến bồi hồi
Nay giá buốt đọng bờ môi sầu úa

Còn sót lại...
Mảnh đời chừ quá nửa...!

*19.07.2019*

# HƯ KHÔNG

Một thuyền nhỏ... chênh chao biển sóng
Gió xô bờ lạc lõng trời đêm
Bấp bênh trôi dạt nổi chìm
Mênh mông sương khói ước tìm bình yên

Một triền cát... im miền hoang lặng
Cơn bão vùi khoảng vắng hư không
Thét gào... với gọi... chờ mong...
Ánh dương trở giấc nhuộm hồng ghềnh xa

Một tiếng gọi... xót xa... tàn lụi...!

*19.07.2019*

**MƯA BUÔNG GIỌT NHỚ BÊN THỀM**
**MƠ MÀNG SUỐI TÓC RU MỀM CON TIM.**

***

# TỊCH LIÊU

MƯA chiều ướt lạnh đôi vai
BUÔNG từng sợi nhỏ u hoài đọng vương
GIỌT rơi lạc giấc mộng thường
NHỚ nhung dậy lấp canh trường thở than

BÊN hiên rũ cánh hoa tàn
THỀM xưa rêu phủ dệt đan nỗi niềm
MƠ trời ái đượm dịu êm
MÀNG chi gió bão sương đêm mịt mùng

SUỐI reo điệu khúc tình chung
TÓC hờn tơ rối nghìn trùng xa khơi
RU đời hờ hững chơi vơi
MỀM môi chén đắng cuộc người quạnh hiu

CON thuyền xa bến... tịch liêu
TIM côi trầy xướt nụ yêu đắm chìm...
MƯA BUÔNG GIỌT NHỚ BÊN THỀM
MƠ MÀNG SUỐI TÓC RU MỀM CON TIM.

*21.07.2019*

## NGHIÊNG

Nghiêng chiều... rơi giọt nắng
Trống vắng ngập trời mơ
Hững hờ câu yêu ái
Mây trải tím hoàng hôn

Nghiêng hồn... nghe vụn vỡ
Nỗi nhớ chợt vọng về
Đam mê chừ lịm tắt
Với nhặt mảnh hương thừa

Nghiêng vừa... ly rượu nhạt
Tình lạc... mộng tàn phai
Lệ cay đêm hoang lạnh
Hiu quạnh phủ tim côi

Nghiêng đời... phơi ký ức!

*29.07.2019*

# KHÚC ĐOẠN TRƯỜNG

Đêm tàn quạnh quẽ thiếu vầng trăng
Giữa áng mây đâu bóng nguyệt hằng
Xót kiếp đơn côi tràn lệ não
U hoài quấn quyện nỗi niềm giăng

Ân tình thệ hứa mãi còn vương
Ngọc vỡ bình rơi khúc đoạn trường
Lạc dấu hương yêu sầu cách biệt
Phù du kiếp bạc nẻo vô thường

Phong trần gót lạnh nợ tình trôi
Rã cánh thiên di nát mộng hồi
Oán buổi ly tan hờn thế tục
Duyên tàn hận tủi cũng đành thôi

Ru câu nhịp lỡ hết mong chờ
Cạn chén men nồng nhạt tiếng tơ
Giọt đắng mềm môi khao khát trỗi
Đan vần kết ngữ tạc hồn thơ...

*31.07.2019*

# RÊU PHONG

Lối cũ sương mờ dấu tịch liêu
Ưu tư trầm lắng đượm hương chiều
Mơ tràn khúc nhạc sầu bao ý
Mộng ngập lời thơ xót những điều
Rẽ Thúy chia Uyên hồn rạn vỡ
Ân tàn nghĩa lụn dạ rần thiêu
Hàn Băng tuyệt Cốc rêu phong phủ
Lẽ bước đường trần gót bạt phiêu…

*01.08.2019*

# HẠ ĐOẢN...

Nắng Hạ tắt...
Mây sầu vương nỗi nhớ
Dáng Thu về bỡ ngỡ lối đường xưa
Lá rơi rơi...
quyện quấn chút hương thừa
Yêu dấu cũ ngập vừa hồn đơn lẻ

Sương chiều đọng...
mong manh hoa muộn hé
Thoáng bơ vơ...
thoáng buồn tẻ hững hờ
Vẳng đâu đây...
Ký ức...
Khúc tình mơ
Sai cung điệu...
Vần thơ ru đứt đoạn

Nắng Hạ tắt...
Đêm... mưa cuồng gió loạn...!

*05.08.2019*

# HẠ VƯƠNG

Sợi nắng chiều rơi...
nhạt sắc vàng
Mây sầu nhuộm tím
cõi hồn hoang
Thu gieo nỗi nhớ...
vương tình Hạ
Lá úa...
Cành trơ...
Mộng lỡ làng...!

*07.08.2019*

# TRẢ... AI

Trả ai đó...
ân tình không trọn vẹn
Ước mơ đầu lời hứa hẹn mai sau
Sót trên tay sợi nắng đã phai màu
Hoàng hôn rũ xanh xao bờ môi héo

Trả ai đó...
đường xưa giờ đôi nẻo
Hàng me già rặng liễu ghế công viên
Dáng bơ vơ vương đọng nỗi ưu phiền
Hương dấu ái lạc trôi miền ký ức

Trả ai đó...
đêm tàn canh thổn thức
Gió ru hờn vắng khúc nhạc chờ mong
Giọt mưa khuya tí tách lạnh cô phòng
Xua mộng vỡ lệ đong đầy mi mắt

Trả ai đó...
bài tình ca lịm tắt
Mảnh tim khờ khép chặt vết thương sâu
Lời thơ yêu vùi chôn đáy huyệt sầu
Hồn hoang phế... cơn đau nào... giãy chết...!

*08.08.2019*

# BIỆT

Phố Hội chiều nay cách biệt lòng
Đâu hình bóng cũ mắt sầu đong
Yêu thương vụn vỡ hờn duyên mỏng
Ái nghĩa tàn phai xót phận hồng
Hạ vãn Thu tràn luôn mãi ngóng
Vai kề má tựa thỏa hoài mong
Ô Kiều nhịp lỡ chao hồn mộng
Lạc bước... tình rơi... lệ ngấn tròng...!

*09.08.2019*

# CHỚM THU

Hôm qua... suối hát lời yêu
Lạc trôi theo những rong rêu dòng đời
Chiều nay... có chiếc lá rơi
Thu pha nỗi nhớ tả tơi xuân thì…

*12.08.2019*

# ĐÊM RƠI

Đêm rơi...
nát mảnh trăng thề
Chữ yêu vụn vỡ
não nề lời thơ
Trắc bằng...
lỗi nhịp mong chờ
Xui câu lục bát
thẩn thờ hồn hoang

Gió mùa...
ru khúc lỡ làng
Rơi rơi từng chiếc
Thu vàng nhạt phai
Đường thi
trổi tiếng bi ai
Lạc vần sai đối...
u hoài đọng vương

Tình rơi...
thêm nỗi đoạn trường...!

*14.08.2019*

# TRĂNG RƠI...

Khắc khoải...
Canh trường
Ta...với ta...

Mộng lơi...
Hồn lạc...
Phím cung nhòa...

Tiếng vạc kêu sương hờn ly biệt

Rớt mảnh trăng thề...
Lệ xót xa...!

*19.08.2019*

# CHÁT

Hạ úa chiều rơi lặng lẽ buồn
U hoài chiếc bóng giọt sầu tuôn
Yêu thương héo rũ ân tình lấp
Ái nghĩa phai tàn kỷ niệm chôn
Nốc cạn niềm đau quên hẹn cũ
Say tràn chén đắng quẳng thề suôn
Dư âm đọng sót hồn tan vỡ
Lệ thấm mi nhòa chát nụ hôn...

*21.08.2019*

# PHÔI PHA

Chiều rơi... khắc khoải sầu cô quạnh
Gió thu tràn... thấm lạnh hồn đơn
Nụ yêu héo úa dỗi hờn
Chơi vơi nỗi nhớ... chập chờn niềm đau

Môi hôn nhạt phai màu ân ái
Khúc nhạc đời lạc mãi đường tơ
Điệu sai... cung phím... hững hờ
Dư âm hoài đọng lời thơ ngậm ngùi

Say giọt đắng... chôn vùi ký ức
Xoá ước mơ... nét mực hoen nhòa
Tay ôm trống vắng xót xa
Trần ai gót mỏi... phôi pha mộng thường...!

*21.08.2019*

# NGỠ...

Tím thẫm lưng chiều gợi nhớ mong
Thuyền yêu lạc bến xót xa lòng
Câu thơ ảo não hờn duyên mỏng
Khúc hát u hoài giận nghĩa nông
Khắc khoải bơ vơ sầu lẻ bóng
Ưu tư quấn quyện lạnh cô phòng
Thu về lá đổ ru hồn mộng
Lệ ngấn mi tràn... ngỡ tuyết Đông!

*22.08.2019*

# MỎNG

Mấy độ không nhau... nắng đượm buồn
Bên thềm lá đổ giọt sầu tuôn
Câu thơ vụn vỡ... hờn duyên bạc
Mỏng mảnh... tình ai... tựa cánh chuồn!

*23.08.2019*

# HỒN THƠ CẠN...!

Hồn thơ cạn...
Con từ giờ ngơ ngẩn
Hết mơ trăng... hết thơ thẩn trời mây
Nắng Hạ tràn... không ấm giấc trưa gầy
Mưa Thu khóc... tóc mây không đủ ướt!

Hồn thơ cạn...
Bút nghiên chừ say khướt
Loạn niêm vần... không mà mượt ý lời
Trang giấy nhàu... bên chung rượu đã vơi
Nhòe nét mực... tâm tư rời rã... Trống!

Hồn thơ cạn...
Sương mờ giăng lối mộng
Tay quạng quờ... tìm bóng cũ hình xưa
Nghe bơ vơ... nghe vụn vỡ dâng vừa
Đêm rách nát... gió đưa tình lịm chết!

Hồn thơ cạn...
câu... từ... giờ chấm hết...!

*25.08.2019*

# NHẠT

Nhạt ý thơ... sầu... nhạt ý thơ...
Dấu yêu mờ khuất dấu yêu mờ
Ân tình vỡ nát ân tình vỡ
Ái nghĩa trơ tàn ái nghĩa trơ
Chôn giấc mộng đầu chôn giấc mộng
Lấp niềm mơ cũ lấp niềm mơ
Vùi say chén bạc vùi say chén
Nhạt ý thơ... sầu... nhạt ý thơ...

*27.08.2019*

# TƯỞNG...

Lãng đãng mây chiều... dõi mắt trông
Đường xưa lá đổ thoảng hương nồng
Dư âm đọng sót sầu môi tím
Kỷ niệm tàn phai xót phận hồng
Lệ đẫm mi cay hờn lẻ bóng
Đêm tàn nguyệt tận dỗi phòng không
Chia ly thuở ấy người say mộng
Kẻ ở ôm thuyền... tưởng bến sông!

*29.08.2019*

# THOÁNG QUA...

Mùa rơi...
Nắng ngủ trên vai
Hong vờn suối tóc hoa cài diễm xưa
Vàng hanh mấy sợi sầu đưa
Luyến lưu nụ ái... mộng vừa thoáng qua...

Thu phơi...
sắc thắm lượt là
Hoàng hôn tím phủ... bóng tà chậm trôi
Sương lam hờ hững ven đồi
Lạc loài cánh nhạn cuối trời quạnh hiu

Mùa rơi...
nỗi nhớ cô liêu...
Lá rơi...
xa xót... từng chiều...
Lá rơi!

*30.08.2019*

## Mục Lục


- *Tựa - MacDung* 7
- *Trở giấc* 15
- *Tháng Mười* 16
- *Ly khúc* 18
- *Khát* 19
- *Mơ tan* 20
- *Vụn vỡ* 21
- *Thu chết* 22
- *Nẻo sầu* 23
- *Mưa...* 24
- *Dư âm* 25
- *Tháng mười một* 26
- *Giọt nhớ* 27
- *Bóng đời...* 28
- *Phôi pha* 29
- *Mưa thu* 30
- *Dốc đời* 32
- *Cô đơn* 33
- *Thu...* 34
- *Giấc thu* 36
- *Đau* 37
- *Hương nguyền* 38
- *Hỏi* 39
- *Ta đan* 40
- *Vỡ* 41
- *Cô liêu* 42
- *Tình vay* 43
- *Đông lặng* 44
- *Tàn phai* 45
- *Đông hờn...* 48
- *Băng giá* 50
- *Hờn* 52
- *Để...* 53
- *Xa...* 54
- *Ừ thôi...* 55
- *Tiếng đêm* 56
- *Sớm mai...* 57
- *Nhạt* 58
- *Một...* 59
- *Đêm lạc lõng* 60
- *Trăn trở* 61
- *Lạc* 62
- *Em đi* 63
- *Ru* 64
- *Xa...* 65
- *Tuyết* 66
- *Hoang đường* 68
- *Mong manh* 70
- *Hoang phế* 71
- *Nửa vầng trăng* 72
- *Vết xưa...* 73
- *Em về...* 74
- *Mộng thường* 75
- *Ru ta* 76
- *Nỗi đau muộn màng...* 77
- *Tàn phai* 78
- *Mộng* 79
- *Rơi...* 80
- *Trả vay* 81
- *Còn...* 82
- *Ảo...* 83
- *Tình trôi* 84
- *Tim vỡ* 85
- *Nợ...* 86
- *Tan tác* 88
- *Tàn...* 89
- *Đông ru* 90
- *Dĩ vãng* 91
- *Mùa rơi* 92
- *Tan mơ...* 93
- *Nửa...* 94
- *Tháng Ba...* 95
- *Trả nhau...* 96
- *Đêm cạn...* 98
- *Dỗi* 99
- *Mưa...* 100
- *Bẽ bàng* 101
- *Mưa khuya* 102
- *Phôi pha* 103
- *Bến đời* 104
- *Sầu* 105
- *Xin* 106
- *Mộ tình* 108
- *Ai...* 109

- Đêm côi... 110
- Tiếc thương 111
- Khói 112
- Vương 113
- Nhạt nhoà 113
- Thiên thu 114
- Bể dâu 115
- Hỏi 116
- Lại... Hỏi 117
- Lạc mơ 118
- Trở mùa 110
- Trả 121
- Mộng vỡ 122
- Xuân trôi 123
- Trắng... Đen 124
- Nghe chừng... 125
- Tiếc nuối... 126
- Lạc bến 127
- Mộng sầu 128
- Biển khát 129
- Quên 130
- Mộng chiều 131
- Xa trôi 132
- Rã cánh 133
- Đợi 134
- Chiều rơi 136
- Tháng Năm 138
- Nửa... 140
- Ru đời 141
- Phù du 142
- Vô thường 143
- Nhặt 144
- Mò... 145
- Bể lạc 146
- Lục bát... Ru 147
- Chợ đời 148
- Hạ chưa... 149
- Ru tình 150
- Sóng 151
- Biển gọi 152
- Thơ héo... 154
- Tháng Bảy... Hạ 155
- Lặng 156
- Tô... 157
- Đốt... 158
- Nghe 159
- Đêm trôi 160
- Ừ thôi 161
- Thổi 162
- Lặng vương 164
- Hỏi gió 166
- Lặng đếm... 168
- Điệu nhớ 169
- Sót... 170
- Hư không 171
- Tịch liêu 172
- Nghiêng 173
- Khúc đoạn trường 174
- Rêu phong 175
- Hạ đoản... 176
- Hạ vương 177
- Trả... Ai 178
- Biệt 179
- Chớm thu 180
- Đêm rơi 181
- Trăng rơi... 182
- Chát 183
- Phôi pha 184
- Ngỡ... 185
- Mỏng 186
- Hồn thơ cạn...! 187
- Nhạt 188
- Tưởng... 189
- Thoáng qua... 190

Liên lạc Tác giả

**TT.Thanh Trước**

titi.dang@t-online.de



Liên lạc Nhà xuất bản

**Nhân Ảnh**

han.le3359@gmail.com

(408) 722-5626

www.ingramcontent.com/pod-product-compliance
Lightning Source LLC
LaVergne TN
LVHW101131250826
846485LV00001B/5
* 9 7 8 1 9 8 9 9 2 4 9 7 6 *